யஸ்வந்தினி

விஜய் நவீன்

ஏலே பதிப்பகம்

யஸ்வந்தினி
© விஜய் நவீன்

முதற்பதிப்பு : பிப்ரவரி 2022
பக்கம் : 90 விலை : 140/-

ISBN 978-93-5533-326-1

வெளியிடு
ஏலேபதிப்பகம்
5/175, பாத்திமா நகர், கூத்தென்குழி
திருநெல்வேலி - 627 104
தொடர்புக்கு : 9944992571

Yashvanthini
© Vijay Naveen
First edition : Feb 2022 Pages : 90

Published by
Aelay Publish
No.5/175, Fathima Nagar, Kuthenkuly,
Tirunelveli – 627 104 Tamilnadu
Contact Us – 9944992571

aelaypublish@gmail.com
www.aelaypublish.com

முன்னுரை

எத்தேசத்தில் பண்பாடு செழித்து ஓங்குகிறதோ! அத்தேசத்தில் வீரத்திற்கும் காதலுக்கும் பஞ்சமே இருப்பதில்லை...!

நம் பழம்பெரும் தமிழ்நாட்டின் வரலாற்றைத் தேடிப் படித்திடும் எவருக்கும் ஆதித்திய கரிகாலனைப் பற்றிய விளக்கவுரை அவசியமன்று...! ஆனால், விளக்கவுரை எழுதிடுவது இப்புத்தகத்தின் எழுத்தாளனாய் எனது கடமையாயிற்றே!

நமது கதையில் வலம்வந்திடும் கதையின் நாயகன், இரண்டாம் ஆதித்திய கரிகாலன் ஆவான். இவன் சோழ அரசர் சுந்திர சோழனின் மகன். பிற்கால சோழ நாட்டைப், சோழப்பேரரசாக மாற்றியதில் ஆதித்தியனின் பங்கு மிகவும் உத்தமமானது. அன்றைய தென்னிந்தியாவின் மாபெரும் அரசுகளான, பல்லவ ராஜ்யத்தையும், பாண்டிய நாட்டையும் வென்று சோழ நாட்டைச் சோழ பேரரசாக மாற்றியது ஆதித்தியன் என்பதில் ஐயமில்லை. அத்தகைய மாவீரனின் கற்பனை காதல் கதைதான் இப்புத்தகம்.

ஆசிரியர்

யஸ்வந்தினியின் பழிவாங்கும் படலங்கள்

பாகம் ஒன்று

யார் அவள்

நமது கதையின் நாயகனான இரண்டாம் ஆதித்திய கரிகாலன்;
இன்றைய நாட்களில் கள்ளக்குறிச்சி என்று அழைக்கப்படும்
மாவட்டத்தில் உள்ள திருகோயில்வூர் என்னுமிடத்தில் பிறந்தவர் ஆவார்.

1

ஆதித்தியா.....!
உன் கதை முடிப்பேன்; என் வஞ்சம் தீர்ப்பேன்;
உன் அதர்மங்கள் இன்றோடு முடியட்டும்...
ஹா! ஹா! ஹா! எனப் பேய் சிரிப்பில் ஐந்தாவது முறையாக
ஆதித்தியனின் நெஞ்சில் கூரிய வாளால் குத்தினாள் அவள்.

இறந்து விழுந்த ஆதித்தியனின் உடலை, நொடி கூட
தாமதிக்காமல் ஒரு சிறுத்தை வாயால் கவ்விக் கொண்டது.

ஐயோ!!! என்னை விட்டு விடு, விட்டு விடு, என்றபடி கத்திய
தன் மகனின் அலறலைக் கேட்ட லட்சுமி... என்ன டா? என்ன
ஆயிற்று எனப் பதற்றத்துடன் கேட்டாள்.

ஆதித்தியன்...! அதே கனவுதான் மா...!
"இந்த முறையும் என்னைக் கொல்கின்ற மாதிரி கனவு
கண்டேன்" என்றான்.

டேய் இப்பவும் அதே பொண்ணா!
உன் வயசுல உள்ள பசங்களுக்குக் கனவுல சமந்தா, தமன்னா,
கீர்த்தினு ஹீரோயின் தான் வருவாங்க...!

உனக்குத் தான் பேய் வருது; இந்த லட்சணத்தில் நீங்க *IPS* வேற ஆகப்போறீங்க...! எனக் கலாய்த்தாள்.

அவன் பதிலுக்குப் பேச வாயெடுக்க, ஆதித்தியனின் கனவில் வந்த பெண் உடுத்திய கருப்பு நிற சேலை மட்டும் அசைந்து செல்வது போல் தோன்றியது.

அங்கே என்ன டா! பார்க்கிறாய்? என அவன் அம்மா சிடுசிடுத்தாள். ஒன்றுமில்லை மா! எனத் திரும்பவும் அங்கே பார்த்த அவனுக்கு; இந்தமுறை கறுப்பு நிற சேலையுடன் ஹா! ஹா! ஹா! என சிரிப்பு சத்தமும் வந்தது.

ஆதித்தியன் உடனே சுதாகரித்து; அவன் மொபைலின் ஹெட்செட்டைக் காதில் மாட்டிக்கொண்டு அம்மா இன்றைக்கு என்ன சாதம் என்றான்.

மகனின் செயலில் குழப்பமடைந்த லட்சுமி, என்ன இருந்தால் என்ன? நீ சாப்பிட்டுதான் ஆகணும்...
போய் பிரஷ் பண்ணிட்டு வா என்றாள்.

சரி! சரி! சரி!
லட்சுமி போய்ட்டு வேலையைப் பாரு என்ற படி பாத்ரூம் போனான்.

காலை உணவை முடித்ததும்...! அவன் அம்மாவிடமிருந்து விடைபெற்று ஐந்து மணிநேர பயணத்தில் கொல்லி மலையை ஒட்டியுள்ள பழைய போலிஸ் ஸ்டேசனுக்குக் கிளம்பினான்.

அங்கே சென்றதும்; குட் மார்னிங் மச்சா...! என்று ரவி ஆதியைப் பார்த்து கண்ணடித்தான்.

அதற்கு ஆதி: டேய் நீ வேற; நானே! மூட் அவுட்ல இருக்கேன். ஏன்டா! படுத்துற எனக் கடுப்படித்தான்.

ஏன்டா! என்ன ஆயிற்று, என அடுத்தடுத்து மூன்று குரல்;

ஆதி: ஒன்றும் இல்லை டா; வழக்கம் போல கனவு தான். எல்லாம் உண்மையாவே நடக்கின்ற மாதிரி இருக்குதேடா! என்றான்.

ரவி: மச்சா, உனக்கு என்ன *Problem? Daily* இப்படித்தான் சொல்ற...? உன் கனவுல என்ன நடக்குது, புரிகின்றமாதிரி சொல்லு டா, என்றான்.

ஆதி: டேய் நான் சொன்னதே இல்லையா? ஏன்டா? நீ வேற காண்டேத்துற; என ரவியை முறைத்தான்.

இந்தமுறை ரவியின் அருகில் இருந்த சுஜின், ஆதியிடம் வேண்டுமென்றால்! நாம், *Dream Extraction Machine*-ல் உன் கனவை ரெக்கார்ட் பண்ணலாமா? என்றான்.

நான் என்ன தீவிரவாதியாடா!
சரி அதை விடு, அதைப் பண்ணி என்ன பண்ண போறீங்க என்றான். ஆதித்தியன்

அதற்குச் சுஜின் 'அது இல்லை மச்சா உன் கனவுல; என்ன நடக்குதுனு நங்களும் பார்போம்'ல...

பார்த்து என ஆதி, சுஜினை முறைத்தான்.
அதற்கு சுஜின், உனக்கு *Help* பண்ணலாமேனு நினைச்சோம் என்றான்

இது ஆதித்தியனுக்குச் சரியாய்ப் பட்டது, அவன் சரி என்று சொல்ல வாயெடுக்க...! அந்த போலிஸ் ஸ்டேசன் போன் அலரியது.

ஆதித்தியனும் போன் எடுத்து யார்? என வினாவினான்.

எதிர்முனையில்: ஹ........லோ.........
சார்... சார்... கேட்க்குதா...*ர்ர்ர்ர்ர் ர்ர்ர்ர்ர் ர்ர்ர்ர்ர்*

ஆதி: இல்லை சரியா கேட்கவில்லை!

நான் .....நிதினி நாங்க ....ஆர் யு ஹியர்? சார்

ஆதி: எஸ் எஸ் சொல்லுங்க,

நாங்க *archaeologist department*யில் இருந்து பேசுறோம்; வருகிற புதன் கிழமை, நாங்க கொல்லிமலை காட்டிற்கு வரோம், சோ(*So*) நாங்க தங்குவதற்கு *apartment* ரெடி பண்ணுவதற்காக, கமிஷ்னர் உங்க கிட்ட பேசச் சொன்னாரு என்றாள்.

அதற்கு ஆதி, ஏது? இந்த காட்டுல *apartment ah* என இழுத்தான்.

எதிர்முனையில் இருப்பவள், நான் இன்று என எதையோ சொல்வதற்குள்

சரி சரி என பதில் கேளாமல் ஆதி கட் செய்தான்.

யார் என சுஜின் கேட்க;
ஏதோ ஒரு பொறம்போக்கு என்றான் ஆதி.

திரும்பவும் ரவியின் அருகில் இருந்த ரெனிஸ் தொடர்ந்தான். மச்சான்... நாம உன் கனவை *Record* பண்ணலாம் டா.

இந்த *three month* நமக்கு இந்த யாரும் வராத காட்டுக்குள்ள தான்; டே அன்ட் நைட் ட்ரையினிங் போட்டு இருக்காங்க...! நாம எல்லாரும் சேர்ந்து உன் கனவை என்னவென்று பார்க்கலாம். அட்லீஸ்ட் உன் பயமாவது குறையும் என்றான். சரி மச்சான்... இன்றைக்கு நைட் பார்த்துவிடலாம்;

நானா! இல்லை... அந்த கனவா! என்று சொல்லிச் சிரித்தான் ஆதித்தியன்.

எதிர்பார்த்தப்படி இரவும் வந்தது.
Dream extraction machine-ல் உள்ள சிவப்பு ஒயரை அவன் நெற்றியிலும் மூன்று நீல ஒயரை அவன் தலையைச் சுற்றிலும் மாட்டினார்கள்.

ஆதித்தியன் அப்படியே அசந்து தூங்கி 5மணி நேரம் ஆனது. இருந்தாலும் எதிர்பார்த்த எதுவும் நடக்கவில்லை. சலிப்போடு மிசினை ஆப் செய்ய; ரவி சென்றான்.

அதேகணம்! மிசினில் கனவு ஓட ஆரம்பித்தது.

வெளிர் நிறம் பொருந்திய நீளதந்தம் கொண்ட ஒரு முழுதுயர்ந்த யானையை; ஒரே மிதியில் எறும்பைப்போல் நசுக்கும் விட்டம் கொண்ட தூண்களை வரிசையாய் நட்டு வளர்க்கப்பட்ட நீளமான ஆனால் குறுகலான ஆஸ்தான மண்டபத்தின் மத்தியில் பாவப் பிணங்களால் அடுக்கப்பட்டு அதனால் ஏற்பட்ட சாபங்களினால் வந்த, ஓஓஓஓஓஓஓ என இசையினால் நிரம்பிய நரகத்தின் குகையில் வழி தவறி வந்த சிறு மின்மினி மின்னுவதைப் போல், பற்களெல்லாம் இரத்தம் சொட்ட! சொட்ட! நடந்த இரு சிறுத்தைகள் நடுவில் ஒருவள் கறுநிற புடவையில் முகத்தில் புன்னகையுடன் நடந்து வந்தாள். அவள் முகத்தை அவளது கூந்தல் பாதி மறைத்திருந்தது. அவள் தலையில் ஒரு கிரிடம் சூடப்பட்டிருந்தது. அவள் ஒரு தூணின் அருகில் நின்றாள். அங்கேதான் ஆதித்தியன் கட்டப்பட்டிருந்தான், சங்கிலியால்.

ஆதித்தியன் ஏதோ பேச, வாயெடுக்க...!
கறு நிற பெண் உன் கதை முடிப்பேன்... என் வஞ்சம் தீர்பேன் என சொல்லிப் பேய் சிரிப்பில் கத்தியால் குத்தி சிறுத்தைக்கு இரையாக்குகிறாள்.

வழக்கம்போல ஆதித்தியன் கத்திக்கொண்டு எழுந்திருத்தான். அவனை ஒரே திகிலோடு பார்த்திருந்தார்கள் அவனது நண்பர்கள்.

மச்சான், எங்களுக்கே... பயமா இருக்குடா! என விழிபிதுங்கி அவனைப் பார்த்தனர்.

அதற்கு ஆதி, சிரித்துவிட்டு அப்படினா! எனக்கு எப்படி இருக்கும்? என பதில் கூறினான்.

அவனது நண்பர்கள் அவனைப் பரிதாபமாக பார்த்தனர். ஆதி சாட்டையேதும் செய்யாமல்; என் கனவுல வருவது யாருனு கண்டுபிடிக்கனும் என்றான்.

அவனது அருகில் இருந்த ரெனிஷ்! டேய் அந்த கனவு சும்மா கூட வந்து இருக்கலாம் என்றான்.

அதற்கு ஆதி, டேய் சும்மா ஒரு கனவு டெய்லி வருமா சொல்லு என்றான்.

ரவி நடுவில் குறுக்கிட்டு,
காரணம் இருக்கோ? இல்லையோ? நமக்கு இந்த *three month* எந்த வேலையும் இல்லை, வெறும் ட்ரெயினிங் தான். *So* நாம அவனுடைய கனவை வெறும் கனவா? இல்லை பூர்வ ஜென்மமா? என்று கண்டுபிடிக்கலாம் என சிரித்தான்.
அப்படியே, ஒருவர் முகத்தை ஒருவர் பார்த்தபடி அனைவரும் தூங்கிப்போயினர்.

விடிந்ததும்! ஆதித்தியனும் அவனது நண்பர்களும் அந்த வீடியோவைப் பார்க்க ஆரம்பித்திருந்தனர்.
பார்த்துக்கொண்டிருக்கும் போது ரவி இடையில் டேய்; இது ஏதோ? ராஜா காலத்துல வருகிற கெட்டப் மாதிரி இருக்குடா!

ஒரு வேளை அவனுக்கு வருகிற கனவுக்கு ஏதும் ரீசன் இருந்தா, கண்டிப்பாக அந்த பொண்ணு ராணியோ! இல்லை இளவரசியாகதான் இருக்கணும் என்றான்.
சரி அப்படியே முடிவுசெய்து தேடிப் பாக்கலாம்; என்று அவர்கள், அவர்களுக்குத் தெரிவதை வைத்து கணிக்க ஆரம்பித்தனர்.

ரவி: சிறுத்தையை வளர்த்த ராணியையப் பற்றி படித்து இருக்கீங்களா.

எகிப்து நாட்டு அரசி... அவள் பெயரு கூட கிளியோ! இல்லை எலியோ! னு ஆரம்பிக்கும், அவளும் இரண்டு சிறுத்தை வளர்ப்பாள் டா! அவளுடைய பாதுகாப்பே அந்த சிறுத்தைகள்தான்... என சொல்லிக்கொண்டிருக்க...

ரெனிஷ் குறுக்கிட்டு..
அந்த பொண்ணு கிளியோபட்ராவா இருக்காது, என்றான்.

ஏன் என அனைவரும் அவன் மூஞ்சைப் பார்த்தனர்.

கிளியோபட்ரா கறுப்பாய் இருக்குமாம் டா! இந்த பொண்ணு சிகப்பாய் இருக்கிறாள், அதான் அவளாய் இருக்காது என்றேன் என ரெனிஷ் கூறினான்.

அவள் கறுப்பா இருப்பானு உனக்கு எப்படித் தெரியும் என சுஜின் சிரித்தான்.

நான் சூலியஸ் சீசர் பற்றிப் படிக்கும் போது; அவளும் கதையில் வருவாள் என்றான் அவன்.

சரி... என அனைவரும் அமைதியாகிட...
மச்சா ரோமில் கூட... ஒரு இளவரசி சிறுத்தை வளர்ப்பாங்கடா! என்றான் ரவி.

உடனே அந்த ஆதித்தியன்; அந்த இளவரசியாக இருக்காதுடா...! நானும் படிச்சி இருக்கேன். இர்பானா தான அந்த இளவரசி பெயர். அந்த இளவரசிக்கு தான் விசம் கொடுத்து 16 வயசுல கொன்னுருவாங்களே? கனவுல வந்த பொண்ணுக்கு எப்படியும் 20 வயது இருக்கும் டா என்றான்.

சரி... சரி... யாரும் *Confuse* ஆகாதீங்க...!
திரும்பவும் அந்த வீடியோ பார்க்கலாம்... நல்லா கவனித்துப் பாருங்க...! ஏதும் *Clue* கிடைத்தால் யூஸ் ஆக இருக்கும் அல்லவா என்றான் ரவி.

அனைவரும் திரும்பவும் வீடியோவைக் கவனமாக பார்த்தனர்...

கனவில் வரும் ஆதித்தியனுக்குப் பின்னால் புலி சின்னம் இருப்பதைப் பார்த்தனர். அதேபோல் அந்த பெண்ணுக்குக் கழுத்தில் மீன் சின்னம் பச்சை குத்தியிருப்பது தெரிந்தது.

ரவி, புலி சின்னம் ஸ்பார்டன்ஸோடதுடா என ஆர்வக் கோளாறில் கத்திட...

அதுவரை அமைதியாக இருந்த ரெனிஷ் டேய் கனவில் வந்தவள் தமிழில் பேசினாள்.அதையாராது கவனித்திங்களா? என்றான்

அட ஆமால என மற்ற மூவரும் சிரித்தனர். முதல் நாள் அப்படியே முடிந்தது. அடுத்தநாள் அனைவரும் ஒருசேர இருந்தனர், ரவி... அனைவரிடமும் மச்சான்ஸ் தமிழ் ராஜாக்களில், புலி சின்னம் சோழர்களோடது!

ம்ம்ம்... சரி அதுல வருகிற ராஜா, இளவரசர் பெயரை எல்லாம் கூகுளில் பார்க்கலாம் என ரெனிஷ்; தனக்கு அருகிலிருந்த *Computer*யில் *Google*யை ஓபன் செய்தான்.

இடையில் ரவி புகுந்து...

இதில் அவன் சோழ வம்சமா! இல்லை, அவள் சோழ வம்சமா என எப்படி நமக்குத் தெரியும் என்றான்.

ஆதித்தியன் குறுக்கிட்டு... அந்த பொண்ணோட கழுத்துல மீன் அடையாளம் இருக்கு; அது பாண்டியரோட சின்னம் என்று கேள்விப் பட்டுருக்கேன். *So maximum* அவள் சோழ வம்சம் ஆக இருக்காது எனக் கூறிவிட்டு, ரெனிஷிடம். என் பெயரிலேயே தேடி பாரு என்றான்.

உன் பெயருலதான் உன் கனவில் வந்தவனும் இருப்பான் என நினைக்குறியா? என்றான், ரவி

மச்சா எனக்கு அப்படித்தான் தோணுது; அதான் சொல்றேன், என ரவியை ஆதி முறைத்துவிட்டு ரெனிஷை *Google-ல்* பார்க்கச் சொன்னான்.

கூகுளில் வாசித்து விட்டு ரெனிஷ் ஆதித்தியனிடம் மச்சான் உன் பெயருல இரண்டு பேரு இருக்காங்க...
ஒருத்தர் ராஜா! இன்னொருத்தர் இளவரசர்!
நீ யாரா இருக்கும்னு கெஸ் பண்றா என்றான் ரெனிஷ்.

டேய்! வெறுப்பேத்தாம இரண்டு பேரோட லைஃப் பற்றியும் படி என்று முறைத்தான்...

ரவி வாசிக்கத் தொடங்கினான்...
முதலில் நாம பார்க்க போவது, ஆதித்திய கரிகாலன். இவன் முற்கால சோழர்களில் ஒருவன். இவன் தான் இமயமலை வரை வென்றவன். அநேகமாக இவனாக இருக்காது, உன் கனவில் வருவது என்று ரவியே தனது பேச்சை நிறுத்தி; ஏன்? என்று சொல்றேன் கேளு எனத் தொடர்ந்தான்.

இவன் 70 வயது வரை உயிரோடிருந்திருக்கிறான், *So* இவனா இருக்க வாய்ப்பு இல்லை என்றான்.

சரி இன்னொருத்தனையும் பார்கலாம் என்றபடி…திரும்பவும் ரவி வாசிக்கத் தொடங்கினான். தொடங்கிய கணநேரத்தில்…, ஆமாடா இவன் பாதிலேயே இறந்துவிட்டான் என்ற படி ஆதித்தியனின் மூஞ்சைப் பார்த்தான்.

ஆதியும் பயத்தில் உறைந்து நிற்க, ரவி சற்று நிதானித்து, இது நீயாக இருக்க வாய்ப்பு இல்லடா, ஏனென்றால் உன் பெயர் வெறும் ஆதித்தியன் தானே என்றான்.

அதற்கு ஆதி…! டேய் என் முழு பெயர் ஆதித்த கரிகாலன் தான் டா என்றான்…

எல்லாரும் அப்படியே கழுத்தை யுடேன்*(u turn)* அடித்து அவனைப் பார்த்துவிட்டு சரி யார்? கொன்னானு பாரு என்றனர்…

அவன் சிறிது வாசித்து விட்டு இதில் தெளிவா போடவில்லை….என்றான்.

சரி வேற வெப்சைட்ல தேடிப் பாரு என்றனர். கிட்ட தட்ட எல்லா வெப்சைட்லயும் தேடிப் பார்த்து குறிப்பிட்ட தகவல் ஏதும் கிடைக்கவில்லை!

இரண்டாவது நாளும் முடிந்தது.

மூன்றாம் நாள் ஆதியின் நண்பர்களில் ஒருவனான சுஜின்; மச்சா எனக்குத் தம்பி ஒருத்தன் இருக்கான். அவன் கூட சோழர்களின் கல்வெட்டுகளைப் பற்றிதான் ஆராய்ச்சி செய்கிறான். அவனுக்குத் தெரிந்தாலும் தெரிந்திருக்கலாம் என்றான்.

ஆதி, சுஜினிடம்...
நேற்றே சொல்லி இருக்கலாமே என்றதற்கு...!
அவனுக்கு நேற்றே! போன் செய்தேன் டா, எடுக்கவில்லை...
இன்றைக்கு அவனே போன் செய்தான். 11:30க்கு *Free*யாக இருக்கானாம்; *Video call* பண்ண சொல்லியிருக்கேன் என்றான்.

சரியாக... *11:30* மணிக்கு
சுஜின், சொன்னவனும் *Video call* செய்தான்.
செய்ததும்... *Hai anna...* எப்படி இருக்கீங்க! என்றான்.

சுஜினும்... *Fine da...* நீ எப்படி இருக்கிறாய்? என்றான்.

Fine Fine என்றவன்... சுஜினைப் பார்த்து, ஏதோ கேக்கணும் என்று சொன்னீங்களே? அண்ணா! கேளுங்க என்றான்.

சுஜின் சரி என்றபடி, டேய் தம்பி ஆதித்திய கரிகாலசோழன் எப்படி இறந்தான் தெரியுமா, என்றான்.
அதற்குச் சுஜினின் தம்பி அவனை கொலை செஞ்சிட்டாங்களே, அண்ணா! ஏன்? கேக்குற என்றான்.

நான் உன்கிட்ட கேள்வி கேட்டா? நீ என்கிட்ட கேக்குறியா என கண்டித்தான் சுஜின்.

Sorry அண்ணா, அவனைக் கொலை செஞ்சிடுவாங்க அண்ணா. *But,* யாருனு யாருக்குமே தெரியாதே என்றான். அதைத் தான் இப்ப வரைக்கும் நான் தேடிட்டு இருக்கேன்.

சரி... என சுஜின் இழுத்து விட்டு ஆதித்திய கரிகாலனைப் பற்றி சொல்லு என்றான்.

*Video call-*ல் வந்தவன்; அவனுக்குப் பின்னாலிருந்த பிளாஷ் மானிட்டரில் வீடியோவை ஓடவிட்டு விளக்க ஆரம்பித்திருந்தான்.

பிற்கால சோழர்களின் மூன்றாவது அரசர் சுந்தர சோழர்; அவரோட ஆட்சி காலத்துலத்தான் சோழர் ஆட்சி செலுத்திய பெரும்பாலான இடங்கள் பல்லவர்கள் மற்றும் சாளுக்கிய மன்னர்களால் கைப்பற்றப்பட்டது.

ஒரு கட்டத்துல பாண்டிய மன்னனால் சோழ வம்சமே அழியுற நிலைமைக்கு வந்தது. அப்போதான் ஆதித்திய கரிகாலன் தன் படையைத் தலைமை தாங்கி போருக்குச் சென்றான்,

குதிரையின் மேல் கொள்ளைப் பிரியம் கொண்ட அவன் ஏழாயிரம் குதிரைபடைகளுடன் போருக்குச் சென்றான். அப்போது அவனுக்கு 15 வயதுதான். அவன் அவனுடைய அப்பாவை போன்று இரக்க குணம் கொண்டவனல்ல; அவன் முதல் போரில் சாளுக்கிய மன்னனைத் தோற்கடித்து, பின் அனைத்து சாளுக்கிய வீரர்களையும் சாளுக்கிய மக்களையும் கொன்றான். அதற்கான காரணம் இப்போது தேவையில்லை அண்ணா என்ற படி, அடுத்த வெற்றி பல்லவர்களுக்கு எதிராக, இவன் போர்திறனைப் பார்த்து பல்லவ படைகள் இவன் பக்கம் வந்ததாகவும், அதிக வரலாற்று அறிஞர்கள் கருதுகிறார்கள். என்ன இருந்தாலும் பல்லவர்களுக்கு எதிராக இவன் வென்றான்.

அடுத்த வெற்றி பண்டிய மன்னனுக்கு எதிராக,

ஆதித்த கரிகாலன். பண்டியனுக்கு எதிராக போர் தொடுத்தான். ஆதித்தியனை விட ஒன்பது மடங்கு படைத்திறனும், தந்திரமும் பொருந்திய பாண்டிய மன்னனிடம் முதல் போரில் தோல்வி அடைந்தான். போரில் தோற்றதினால் ஏற்பட்ட ஆத்திரத்தில் தன் பாட்டனார் பெரிய வேலாரை சேர்த்துத் திரும்பவும் போர் தொடுத்தான். இந்த முறையும் தோல்வி!

இதனால் கோபமான ஆதித்த கரிகாலன், அன்றிரவே பாண்டியரின் அரண்மனைக்குள் யாரும் அறியாமல் நுழைந்து, பாண்டிய மன்னன் மற்றும் அவனது சந்ததி அனைவரையும் சதி செய்து வாளுக்கு இரையாக்கினான்.

அவனுடைய ஒரு பெண்ணைத் தவிர;
அந்த பெண்ணைத் தன் வீரர்களுக்குப் பரிசளித்தான் என்று சிலர் கூறுகின்றனர், சிலர் அவளைச் சித்திரவதை செய்துக் கொன்றிருக்க கூடும் என கருதுகின்றனர், ஆனால் எங்கள் ஆராய்ச்சிப்படி அவள் உயிரோடு எரிக்கப்பட்டிருக்கிறாள். அதுவும் தந்தை தாயின் முன்னில் என்று நினைக்கிறோம்.

பாண்டியமன்னனின் தலையை இரண்டாய்க் கிழித்து எறிந்ததால், அவனுக்கு வீரபாண்டியனின் தலைகொண்ட சோழன் என்ற பெயர் வந்தது.

இது நடந்து ஒரு வருடத்தில் அவனும் இறந்துவிட்டான். அவன் உடல் ஐந்து முறை வாளினால் குத்துபட்டுள்ளதாகவும் கூறப்படுகிறது.

இதைக் கேட்ட நிகழ்கால ஆதித்தியன், ஆமா டா ஐந்து முறை குத்தினாள் டா என்றான்.

ஆதித்தியன் இந்த முறை சுஜினுக்கு எதிராக குறிக்கிட்டு அவள் பெயர் என்ன என்றான்.

அவள் என்றால் யார்? என்றான் எதிரே,

ஆதி:கரிகாலனால் எரிக்கப்பட்ட இளவரசிடா என்றான் பதிலுக்கு
அவளுக்குப் பல பெயர் உண்டு...
அவள் பிறந்ததில் இருந்து யஸ்வந்தினி என்று அழைக்கப்பட்டாள் எனவும்; ஆதித்தியன் அவளைப்

சப்தலிக்கா என்று அழைப்பான் எனவும் அறிஞர்கள் கூறுகிறார்கள்.

ஆதி திரும்பவும் அவனிடத்தில், அவளுக்கு என்று அடையாளம் ஏதும் இருந்ததா? என்றான்.

அதுதான் ரொம்பவும் சுவாரசியமானது அண்ணா! என எதிரே சொன்னான்

சரி என்ன? அது; என ஆதி கேட்டான்.

சுஜினின் தமயன்
பதிலுக்கு! அவள் முகம் முக்கால் வாசி கூந்தலால் மறைக்கப்பட்டிருக்கும் என்றும், அவள் கழுத்தில் மீன் சின்னம் பச்சை குத்தப்பட்டிருக்கும் என்றும், கண்கள் நீல நிறத்தில் இருந்ததாகவும் அதனாலே அவள் பெயர் யஸ்வந்தினி என வைக்கப்பட்டது, என்றும் சிலர் கூறுகின்றனர் என சுஜினின் தம்பி முடித்தான்.

ஆனால் இங்கே ஆதித்தியன் அவன் பேசியதால் ஏற்பட்ட பயத்தில், ஏதும் பேசாமல்! ஏதோ போல் நின்றான்.

அதை கவனித்த ரெனிஷ், ஆதித்தியனிடம்!
மச்சா அவன் சொன்னது எல்லாம் சரியா? match ஆகிறதா? என்றான்..

ஆதித்தியன், அச்சு அசலா அப்படியே இருக்கிறாள் மச்சா கனவுல வந்தவள். என்ன! அவளுடைய முகத்தை மட்டும் பார்க்க முடியவில்லை என்றான்.

டேய் லூசு பயலே, அவன் சொன்னது கரெக்ட் ஆ இருந்தாலும், அந்த பொண்ணு தான் உன்னைக் கொலை செய்தாளென்று அவன் சொல்லவில்லையே?, என்றான் ரவி

ஆதி பயத்தில்...
மச்சா டேய்..... அவன் எப்படா? சொன்னான்.....
அவள் கொலை பண்ணவில்லைனு.... அவன் தெரியாதுனு
சொன்னான் டா.....

அவன் சொன்னது எல்லாமே கரெக்டா என் Dream ஓட
மேட்ச் ஆகும் போது அவள் கொலை செய்ததும்
உண்மைதானே என்றான்.
ரவியும் ம்ம்ம்ம்ம் என தலையை அசைத்தான்.

ஆதி ஒருவித பயத்தில், என்னையும் பழி வாங்குவாளோ!..
என புலம்பிக்கொண்டே, அப்படிப் பழி வாங்குறதுக்கு என்ன
ரீசன் இருக்கும் என உளறினான் ஆதித்தியன்.

அதே நேரத்தில் ஸ்டேசனில்,
எஸ் கியூஸ் மீ என்ற பெண் குரல்...

ஆதித்தியன், வாசலின் பக்கத்தில் நின்றதால்... அந்த குரல்
வந்த திசையை நோக்கி, எஸ் யாரு நீங்க என்றான்.....

சார் நான் சப்தலிக்கா.....
கமிஸ்னர் தான் சொன்னாங்க..... நீங்க, எங்களுக்குத்
தங்குறதுக்கு இடம் ரெடி பண்ணி இருக்கீங்க என்று.....

நீங்க யாருனு, தெரியாதே என ரவி கிண்டலாய்ச் சிரித்தான்.

போன் பண்ணனே சார் என்றாள்!

ஆதித்தியன்
ஓ..... போன் பண்ணுது நீங்க தானா...

ஆமா சார்...

உங்க ID CARDயை காமிங்க.....என்றான்

சப்தி, ஆதித்தியனிடம் *Id card*யை நீட்டினாள்.

ஆதித்தியன் அதைப் பார்த்ததும் பெயர் ஏன்? யஸ்வந்தினி போட்டு இருக்கிறது என மெல்லிய குரலில் கேட்டான்.

Certificate நேம் யஸ்வந்தினி என்றாள்.....

யஸ்வந்தினியா? என பயத்தில் ஆதி உறைந்திட, எல்லாவரும் சற்று பயத்தில் அவளைப் பார்த்து திகைத்து நின்றனர்.

ரவி மட்டும் சுதாரித்து உங்களோட கழுத்தில் இருக்கின்ற *Tatoo* அழகா இருக்கே என்றான்.

அதற்குச் சப்தலிக்கா!
அதுவா? சார் நான் பிறக்கும் போதே இருக்கு என அந்த மீன் சின்னத்தைக் காண்பித்தாள்.....

இதைப் பார்ப்பதும், ஆதித்தியன் மயங்கியதும் சரியாய் இருந்தது.

பாகம் இரண்டு

மயிலிறகை பெண்

வரலாற்றின் படி, நமது கதையின் நாயகன் பாண்டிய நாட்டிற்கு
எதிரான சேவூர் போரில் தலைமை தாங்கி போரிட்டு; வீரபாண்டியனை
விழத்தி வைகை ஆற்றங்கரை வரை விரட்டிச்சென்று
அவன் தலைதைத் துண்டாக்கியதால்
'வீர பாண்டியனின் தலை கொண்ட பரகேசிவர்மன்'
என்று புகழப்பட்டார்.

2

டேய் அவளைக் கொன்றுவிடலாமா? என்றதும் அனைவரும் ஆதித்தியனை அதிர்ச்சியில் பார்த்தனர்.

ஏன்டா இப்படி பார்க்குறீங்க..!.
அவள் இங்கே, வந்து ஒன் வீக் ஆயிற்று டா! அவள் இங்கே வந்த நாளிலிருந்து *Archaeology* சம்பந்தமாக, எதையாவது செய்தாளா?

ஆதியின் நண்பர்கள் இல்லையென!!! தலையை அசைக்க...!

அவளைப் பார்க்கும் போதெல்லாம் எனக்கு பயமா இருக்கு டா... என தனது மனதிலிருந்த பயத்தை நண்பர்களிடத்தில் விவரித்தான் ஆதி.

உடனே, ரவி குறுக்கிட்டு... டேய் அப்படியெல்லாம் அவளால் அவ்வளவு சீக்கிரம் உன்ன கொன்றுவிட முடியாது மச்சான்.

உன் கிட்ட தான் *Gun* இருக்கு; அது மட்டும் இல்லை அவள் சதாரண பொண்ணு டா! அவளால் உன்னைக் கொலை செய்ய முடியுமென்று நினைக்கிறாயா? என்றான்.

அதற்கு ஆதி, எதையோ சிந்தித்தபடி... டேய் நிச்சயம் தெரியும் அவள் என்ன கொன்றிடுவாள் என்றதும்; பயங்கர சிரிப்பலையில் ஆதி சார்... ஆதி சார்... என ஓடி வந்தாள் தற்போதைய யஷ்வந்தினி...

கண நேர சுதாரிப்பில், என்னவென எரிந்து விழுந்தான், ஆதி

இது அவளுக்குப் பெரியதாய்ப் படவில்லை...! அவள்; என்ன! சார் எப்போதும் கோவமாய் தான் இருப்பீங்களா?! என்ற பாவனையில் பார்த்துவிட்டு ரவியிடம் அண்ணா! அண்ணா! என்னோட பெட் வந்திருக்கு பார்க்கிறாயா? என்றாள்.

ரவி, சற்று மௌன புன்னகையில் சரி என்றான்.

யஸ்வந்தினி அவர்களைக் கண்ட படி டா டான் என்றாள்.

ஸ்டேசனின் வெளியில் இருந்து இரண்டு சிறுத்தைகள் யஸ்வந்தினியை நோக்கிப் பாய்ந்தன,

அனைவரும் பயத்தில் பின்வாங்கிட... யஷ்வந்தினி மட்டும் அதைக் கொஞ்சி விளையாடிக்கொண்டிருந்தாள்.

இது தான் என் பெட்ஸ்; நான் சொல்கின்ற வரைக்கும் யாரையும் கடிக்காது, என..... ஹா ஹா ஹா.....பேய் சிரிப்பு சிரித்தாள்.

யஷ்வந்தினி என்னவோ! நிலவுடன் போட்டியிடும் அழகைக் கொண்டிருந்தாலும்; அவள் சிரிப்போ! மரண ஓலத்தையே மிஞ்சிவிடும்.

எப்போதும் அவளைக் கண்டு ஆதியே முதலில் பயப்படுவான். இந்த முறை அவனோடு சேர்த்து அவனது நண்பர்களும் பேச்சு மூச்சில்லாமல் நின்றனர்.

ஆதியே இந்தமுறை குறுக்கிட்டுச் சிறுத்தையை யாராது வளர்பாங்களா? நம்ம கவர்மென்ட் ரூல்ஸ் படி... வன விலங்களை வளர்க்கக் கூடாது என்று தெரியாதா உனக்கு என மேலும் அடுக்கிக்கொண்டே போனான்.

இதனால் பொறுமை இழந்த, யஸ்வந்தினி...!
டேய் ஆதி நான் இதை வளர்க்கவில்லை. சரியா? எல்லாம் தெரிந்ததைபோல பேசாதே...! இதெல்லாம் காட்டுலதான் வாழும்; பட் வீக்லி ஒன்ஸ் என்னைப் பார்க்க, எப்படியாது வந்திடும் என்று முறைத்தாள். அவள் முறைத்ததால் என்னவோ! அவன் மேல் சிறுத்தைகளும் பாயத் தயாராக இருந்தன.

சரி... சரி... சாரி யஸ்ஸு. உன் பெட்ஸை வெளிய கூட்டிட்டுப் போரீயா? பிளீஸ் என்றான் ஆதி.

யஸ்வந்தினியும், ம்ம்ம்ம்ம்ம் என்ற படி வருத்தத்தில் வெளியே போனாள்.

அவள் வெளியே சென்ற மறுநொடி...
ஆதியின் நண்பர்கள் இவளைக் கொன்றிடலாம் டா,
இவள் கண்டிப்பாக உன்னைக் கொலை செய்ய வந்தவள் தான்! என கோரஸ் ஆக சொன்னார்கள்.

ஆதித்தியன் சரி... எப்படிக் கொன்றிடலாம் என நண்பர்களிடத்தில் பேச ஆரம்பிக்க... சாளுக்கிய...! பல்லவ...! மன்னவர்களின் தலை கொண்ட சோழப்புலி ஆதித்திய கரிகாலன் வரான்! வரான்! என்று ஒருவன் முழங்கியது கேட்டது. திடுக்கிட்டு இந்த பக்கமும், அந்த பக்கமும் திரும்பிப் பார்த்தான் ஆதி. பிரம்மை என உணர்ந்தப் பின்பு டேய் எப்படி டா அவளைக் கொல்லுவது என அவன் சொல்லி வாயை மூட...

ஆதித்தியா என்னை நீ கொல்லப் போகிறாயா!

ஹா! ஹா! ஹா!

என்னை என்ன? ஆற்றில் போகும் அரலை மீன் என நினைத்தாயா, நான் பாண்டியனின் திமிங்கலம் டா என்று அடுத்த குரல்...

திரும்பவும் அங்கும் இங்கும் பார்த்து விட்டு, இதுவும் பிரம்மைத்தான் போல உணார்ந்தவன்.

ஏதோ! தோன்றியவனாய் ரவியிடம் கண்காட்டி அந்த மிசீனை தலையில் மாட்டச் சொன்னான்.

ஏன் என நண்பர்கள் வினவினார்கள்

அனைவரையும் ஆதி முறைத்தான். வேறு வழியின்றி அவர்களும் மாட்டி கணினியைப் பார்த்தனர்...

அங்கே நண்பா பல்லவனை வென்றுவிட்டோம்,
சாளுக்கியனைத் துரத்தி விட்டோம், அடுத்து என்ன! கங்கை மீது போர் தொடுப்போமா... என ஒருவன் ஆர்வமாய்க் கேட்டான்.

அவன் ரவியைப் போல் இருந்ததைப் பார்த்துத் திகைத்தனர், அனைவரும்...!

இல்லை வந்தியதேவா...!,
அடுத்து படையெடுப்பது வீர பாண்டியனின் மேல் என்றதும் அப்போதைய வந்தியதேவன்... [தற்போதைய ரவி] இளவரசே! பாண்டியனின் படை நம்மை விட மூன்று மடங்கு பெரியது என அதிர்ச்சி கொண்டான்.

ஆதித்தியன் பதிலுக்கு, நமது ஒவ்வொரு சோழ புலிகளும் ஆயிரம் மீன்களுக்குச் சமம் என முறைத்தான்.

இதற்குமேல் பேசுவது மரியாதை அல்ல! என சரி இளவரசே என பேச்சை முடித்தான்.

இருவரும் அவர்கள் வென்ற பல்லவனின் அரண்மனைக்குச் சென்றதும்; ஆதித்தியன் தனது படைத்தளபதிகளுக்கு அழைப்பு விடுத்தான்.

அனைவரும் வந்த பின்பு சோழரின் புலி சின்னத்தைக் காக்கப் போராடும் தமிழக சிங்கங்களே! அடுத்து நமது இலக்கு வீர பாண்டியன் என்றதும் ஆதித்தியனை அவனது படைத் தளபதிகள் விழிபிதுங்க பார்த்தனர்.

ஆதித்தியன் அவர்களை முறைத்தபடி, உங்கள் கருத்தைச் சொல்லுங்கள்; என முகத்தில் கர்வமும் குரலில் கோபத்துடனும் கத்திட... அனைவரும் அமைதியானார்கள்.

வந்தியதேவன் குறுக்கிட்டு இளவரசே! நம்மிடம் யானைப்படைகள் குறைவாகவே உள்ளன. நாம் சோழ தேசத்தில் அரசரிடம் படைகளை அனுப்பக் கோரலாமா? என்றதும்

தந்தை அதற்கு அனுமதி தருவது கடினம் என்றான். இதுவரை தெளிவாய் இருந்த அவனது முகம் சிறிது கடுகடுத்தது.

அடுத்து ஓர் படை தளபதி... இளவரசே! நமது படைகள் அடுக்கடுக்கான போரின் மூலம் சோர்ந்துள்ளன. அதனால் அவர்களுக்கு போர் என்றால் அச்சம் என்பதல்ல! இருப்பினும் இங்குள்ள படைகள் பாண்டியனிடம் ஒப்பிட்டுப்பார்த்தால் மிகவும் குறைவு. அரசரிடம் படைகள் கேட்டு வேண்டுமானால் என அவர் இழுத்தார்.

இதுவும் அவனுக்கு சரியென பட; சற்று நிதானித்து சரி தளபதியாரே...! தந்தையிடம் படைகள் கேட்டு மடல் அனுப்புங்கள் என்று கட்டளையிட்டான்.

பின்பு அனைத்து தளபதிகளிடமும் நீங்கள் சோழ நாடு சென்று ஓய்வெடுங்கள். நானும் என் நண்பன் வந்தியத்தேவனும் பாண்டிய நாட்டுக்கு ஒற்றுக்குச் செல்கிறோம் என்றான்.

இவனை வேண்டாம் என்று நம்மால் தடுக்க முடியாது என்ற படி; அனைத்து தளபதிகளும் அமைதி காத்து அவரவர் அரண்மனைக்கு அனைவரும் கிளம்பினர்.

அடுத்தநாள் காலை!

இளவரசரும் அவரது நண்பனுமான வந்தியத்தேவனும் குதிரையில் கிளம்பினர்,

துங்கபத்திரை ஆற்றில் பயணம் தொடங்கப்பட்டது.
ஒரு வார பயணத்தில்; இக்கரையில் கண்டால் அக்கரை தெரியாத காவிரியையும் கடந்து... அடுத்ததாக அமைந்த பொதிகை மலையையும் தாண்டி வைகையை அடைந்தனர்.

வைகையை அடைந்ததும் நண்பா முத்தமிழ் வாழ்த்திய பாண்டிய நாட்டை அடைந்தோம்; என ஆதித்தியன் சொன்னான்.

வந்தியதேவன் அதற்கு
இளவரசே! நாம் இன்று இந்த ஆற்று படுகையில் ஓய்வெடுத்து விட்டு காலையில் பாண்டிய நாட்டிற்குள் செல்லலாம் என்றான்.

ஆதித்தியன் அதற்கு... நண்பா! நமக்கு ஓய்வே கிடையாது. நாளை பாண்டிய நாட்டின் அரசனைக் கவனிக்கலாம், இன்று பாண்டிய காட்டின் அரசனைக் கவனிக்கலாம் என்ற படி வேட்டைக்குத் தன் நண்பனை அழைத்தான்.

வந்தியதேவனும் உற்சாகத்துடன் காட்டிற்குக் கிளம்பினான்.

ஏன்? என்றால் அவனுக்கு வேட்டை என்றால் கொள்ளை பிரியம். இருவரும் சூரிய ஒளி கூட செல்லத் தயங்கும் பாண்டியனின் அடர்ந்த காட்டிற்கு அடியெடுத்து வைத்தனர்.

ஆதித்தியன், வீர பாண்டியனிடம் உள்ள பழியை இங்குள்ள சிங்கங்களிடம் காட்டி விடுகிறேன் என்று நண்பனிடம் சொல்லி சிரித்தான்.

அதே! கணத்தில்
ஹா ஹா ஹா ஹா ஹா என்ற சிரிப்பிற்குப் பின்

"நள்ளென்றன்றே, யாமம் சொல் அவிந்து,
இனிது அடங்கினரே, மாக்கள் முனிவு இன்று,
நனந்தலை உலகமும் துஞ்சும்
ஒர் யான் மன்ற துஞ்சாதேனே"
என்ற பாடல் குயிலினும் இனிய குரலில் ஒலித்தது.

முதலில் சிரித்த குரலுக்கும்; பாடலின் குரலுக்கும் சம்மந்தம் இல்லாததால் சற்றே! அதிக கவனத்துடன் பாடல் வந்த திசைக்குச் சென்றனர்.

திரும்பவும் அதே குரலில் அதே பாடல் ஒலித்திட, ஆதித்தியன் அவள் அழகு என்றான். அதே நேரத்தில், அதே கணத்தில், சற்றும் வேறுபாடின்றி, வந்தியதேவன் அழகு அவள் என்றான்.

இருவரும் ஒரு மௌன புன்னகையில் ஒருவரை ஒருவர் பார்த்தனர். இதற்கு பொருள் குதிரை பந்தையம் ஆதித்தியன் தனது பதினைந்தாம் வயதில் போர்க்களம் புகுந்தவன். வந்தியதேவனும் சற்றும் சளைத்தவன் அல்ல; தன் பதினெட்டாம் வயதில் போர்க்களம் பார்த்தவன்.

நமது வீரர்கள் தங்களது வாளை நேசித்த அளவில் பெண்களின் மேல் கவனம் இதுவரை சென்றதில்லை.

அது இன்று மாறிவிடும் வகையில் ஒருவருக்கொருவர் வேகமாக குதிரையை விட்டுச் சென்றனர். அந்த குயிலோசை பெண்ணை சந்திக்க;

அதிவேகத்தில் சீறும் சிறுத்தையும் தனது இரையான மானைக் கண்டதும் சிறிது யோசிக்குமாம், அதுபோல் தான் இலக்கை அடைந்த அவர்கள் அப்படியே திகைத்து நின்றனர்.

குயிலோசையைத் தொடர்ந்து சென்றவர்களுக்கு, மயிலைக் கண்டதும் அதன் அழகில்; குயிலை மறந்த கதை ஆயிற்று. அவர்களது நிலைமை...

குயிலிசை பெண்ணின், மயிலிடை கவர்ச்சியால் வலைக்குள் சிக்குண்ட மீனாய் நின்றனர்.

தனது காந்தம் பதித்த கண்களால் யார்? என வினாவினாள் அந்த பெண்.

ஆதித்தியன்; நாங்கள் ஈழ நாட்டு வியாபாரிகள். பாண்டிய நாட்டில் வியாபாரம் செய்ய வந்திருக்கிறோம் என்றான்.

வந்தியதேவன், இன்னும் அவள் கவர்ச்சியில் இருந்து வெளி வந்தவனாய்த் தெரியவில்லை.

அவர்களை பார்த்தபடியே நடந்தவள் என்ன நினைத்தாளோ தெரியவில்லை திரும்பவும்

**நள்ளென்றன்றே, யாமம் சொல் அவிந்து,
இனிது அடங்கினரே, மாக்கள் முனிவு இன்று,
நனந்தலை உலகமும் துஞ்சும்
ஓர் யான் மன்ற துஞ்சாதேனே"**
என்ற பாடலைப் பாடினாள்.

அருமை பெண்ணே! அருமை என அவள் பெயர் என்னவென ஆதித்தியன் வினாவினான்.

காவிரியின் தவ புதல்வனைக் கொல்ல வந்திருக்கும், தாமிர பரணியின் வீரமகள் என கையில் இருந்த வேலை தூக்கி எறிந்தாள்.

அதை எதிர்பார்த்தவனாய் அதைத் தனது கையால் பிடித்தான். ஆதித்தியன்.

வந்தியதேவனுக்கு என்ன நடக்கிறது என புரிய சிறிது கணம் பிடித்தது. புரிந்ததும்;தனது இளவரசரைக் காப்பாற்ற கீழே குதித்தான்.

ஆதித்தியன் தவறு செய்தாய் சப்தலிக்கா;
உன்னுடைய அழகிய இடைகளுக்குச் "சேர வில்கள் வேண்டுமென்றால் ஏமாறலாம்" நான் சோழ புலி என அந்த வேலைத் திருப்பி எறிந்தான்.

அவள் ஹா ஹா ஹா ஹா என சிரித்தவளாய்! தான் சப்தலிக்கா இல்லை; யஸ்வந்தினி என முழங்கியபடி தன் வாளை எடுத்தாள்.

வந்தியதேவன், பெண்ணைத் தாக்கக் கூடாது என விதி கொண்டவன். அதே சமயம் தன் உயிருள்ளவரை இளவரசரைக் காக்க வேண்டும் என உறுதி கொண்டவன். இரண்டுக்கும் நடுவே அவன் குழம்பிக் கொண்டிருக்க; இளவரசன் வேகமாக ஓடி யஸ்வந்தினியைத் தாக்கினான்.

ஆதித்தியன் ஒரே வெட்டில் சிங்கத்தையும் கொன்றிருப்பவன், இன்று அதே வேகத்தில் அவளைத் தாக்கிட; சற்றும் அசையாமல் நின்றாள். அப்போது தான்! அவள் தனக்கு இணையான பலம் கொண்டவள் என அவன் அறிந்தான்.

ஆதித்தியனும், யஸ்வந்தினியும்...
அர்சுனனையும் பீமனையும் போல சளைக்காமல் சண்டையிட... வந்தியதேவன் அவளைத் தாக்கலாமா கூடாதா என்ற படி சிந்தித்திருந்தான்.

இதே சமயத்தில் நமது கதாநாயகி தனது பலத்தால் ஆதித்தியனுக்கு வலது கையில் வாள் பதித்தாள். இரத்தம் சொட்ட சொட்ட ஆதித்தியன் சண்டை யிட, அவன் மனதில் தோன்றியது.

இவள் எங்கே? வைத்திருந்தாள் இவ்வளவு பலத்தை; முகத்தைப் பார்க்கும் போது பிறந்த குழந்தையை மிஞ்சிவிடும் சிரிப்பு. சரியான கள்ளிதான் போல என சண்டையிட்டே அவளின் இடையில் குத்தப் போனான்.

ஆதித்தியன் வாளுக்கும், அவளின் அழகிய இடைக்கும் சிறிது இடைவெளி தான் நினைத்தால் குத்தியிருக்கலாம் இருந்தும் அவளது அழகிய இடையைக் காயமாக்க விரும்பாமல் தள்ளிவிட்டான்.

இரண்டடி பின்னால் சென்றாள்.

யார்? நீ வாளின் தேவதையை மிஞ்சிடுவாய்ப் போல என்று அவளிடம் வினாவினான்.
முத்தமிழின் காவலன் வீரபாண்டியனின் புதல்வி என்று தனக்கே உரிய வீரத்தில் சொன்னாள்.

இதுவரை சிரித்திருந்த ஆதித்தியன் கொடூர பார்வையில் அவளை நோக்கி பாய்ந்தான்

இதுவரை பெண்ணைத் துன்புறுத்தாத வந்தியதேவனைக் கூட, அவளிடம் சண்டையிட வைத்தது, வீர பாண்டியனிடம் அவன் கொண்ட வெறுப்பு!

இப்போது இங்கே இருவர்...
அங்கே அவள் வாளை இருவரும் அவளை நோக்கி வீசிட...
இவள் சற்று பின்னால் வந்து நடுவில் வாளை வீசி,
வந்தியத்தேவனை ஆதித்தியனிடம் இருந்து தனியே
பிரித்தாள்.

இப்போது இருவரும் எதிர் எதிரே நிற்க; இவள் நடுவில்
இருந்தாள். அவர்கள் இவளைக் கொல்ல இவளை நோக்கி
வாளை வீசினார்கள்.

இவள் சற்று விலகினாள்.

இருவரும் நூலிழையில் தப்பித்தனர். தாங்களே! தங்களை
மாற்றிக் கொன்றிருக்க நேரும்; சிறிது நல்ல நேரத்தில்
தப்பித்தனர்.

அவள் ஆதித்தியனைக் குத்த வாளை எறிந்தாள். இளவரசர்
உயிரைக் காத்திட, வந்தியதேவன் குறுக்கே நின்றான்.
நண்பனின் உயிர் காக்க வந்தியத்தேவனைத் தள்ளி விட்டான்
இளவரசன்.

ஆதித்தியனின் தோள் பட்டையில் வாள் பாய்ந்தது.
ஆதித்தியன் அவளை முறைத்தபடி, என்னே! பாண்டிய
மகளின் வீரம் என்று வந்தியதேவனைப் பார்த்தான்.

வந்தியதேவன் அவளிடம் சண்டையிட்டிருக்க; அவன்
கண்ணில் கண்ணீர் ஒழுகியது. காரணம் உங்களுக்குத்
தெரிந்திருக்கும்.

ஆதித்தியன் வந்தியதேவனை விலக்கி அவளின் மார்பில் ஓர்
அடி விட்டான். இதுவரை பாறை போல் நின்றவள் சற்று
திடுக்கிட்டாள்.

அடுத்த தாக்குதலுக்கு அவள் செல்லும் முன் திரும்பவும் மார்பில் ஓங்கி முட்டால் இடித்தான். இதுவரை சற்றும் அசையாது நின்றவள். கொஞ்சம் வரை பீமனைப் போல் சண்டையிட்டவள். அடியின் வீரியத்தில் கதி கலங்கி நின்றாள். இருவரும் தனது முட்டியால் மீண்டும் அவளின் மார்பில் மிதிக்க அப்படியே விழுந்தாள்.

விழுந்தும் ஆத்திரம் அடங்காமல் அவளின் இடையில் மிதித்துக் கத்தியால் குத்தச் சென்றான் ஆதித்தியன்.

திடீரென்று நின்றவனாய் என்னைக் குத்தியதால் உன்னை உயிரோடு விடுகிறேன். நண்பனின் மேல் துளி கத்தி பட்டிருந்தாலும் இந்த உயிர் உனக்கானது அல்ல என்றான்.

அவள் ஹா ஹா ஹா என்ற பேய் சிரிப்பு சிரித்து, அடேய் மூடா என்றாள்.

இளவரசன் அவளை முறைத்துப் பார்த்துவிட்டு இவள் நம்மை வாழ் நாளில் மறக்கவே கூடாது என்று; தனது வாளை அவளின் அருகில் கொண்டு சென்று அவள் கழுத்தில் தனது வாளால் மீனை வரைந்திருந்தான். அவள் வலியில் கத்திக்கொண்டிருக்க; அமைதி சப்தலிக்கா என்றான்.
என் பெயர் சப்தலிக்கா இல்லை என அவள் வலியுடன் சேர்த்துக் கத்தினாள்.

எங்கள் நாட்டில், நடு சாமத்தில் ஆண்களை மயக்கி உயிரைக் கொல்லும் துர் ஆத்மா ஒன்றுள்ளது. அது போல் நீயும் ஆகவே சப்தலிக்கா என்றேன் என வரைந்து முடித்தான் ஆதித்தியன்.

பாகம் மூன்று

சுந்தரசோழருக்குப் பின் உத்தமசோழன் சோழ தேசத்தின் இராஜாவாக முடி சூடினான். இவனது ஆட்சி காலத்தில் நம் கதையின் நாயகனான இரண்டாம் ஆதித்திய கரிகாலனின் கொலைக்கு முறையான விசாரணை நடத்தப்படவில்லை என்பது குறிப்பிடத்தக்கது.

3

காயப்பட்ட தன் நண்பனிடம் நண்பா! என்னை மன்னித்துவிடு, உன்னை என்னால் அவள் தாக்குதலில் இருந்து காத்திட முடியாமல் போனதற்கு என்றான், வந்திய தேவன்.

ஆதித்தியனோ; நண்பா! அப்பெண்ணின் தாக்குதலைக் கவனித்தாயா! நாம் வாளினைச் சுழற்றும்போது நமது தோள்பட்டை வலது சரிந்து இடது உயர்ந்து இருக்கும். காரணம் நாம் வலது புறமாக வாள் சுழற்றுவோம். அது போல் சிலர் இடது புறம் சுழற்றுவார்கள்; அவர்களுக்கு இடது உயர்ந்து வலது தாழ்ந்து காணப்படும்.

ஆனால் அவளோ! எந்த ஒரு புறமும் அவளது தோள் சாயாமல் சண்டையிட்டாள். அதனாலேயே மிகவும் எளிதாக நம் இருவரின் வாளையும் அவளால் கையாள முடிந்தது என்றான்.

வந்தியதேவன், குறுக்கிட்டு இக்கலையை நாம் கேள்வி பட்டதே இல்லை. யார் பயிற்றிருப்பார்கள்? அவளுக்கு... பாரதம் முழுவதும் போரிட்டு விட்டோம் யாரும் இவ்வாறு சண்டையிட்டுப் பார்க்கவில்லையே? என்றான்.

நாம் பார்க்கவில்லை தான். ஒருவன் இருக்கிறான்; நம்மை போரில் சந்திக்காதவன். அவன் கற்று கொடுத்திருக்கலாம் என்றான் ஆதித்தியன்.

வந்தியதேவன், யார்? என்றவாறு பார்த்தான்.

வீர பாண்டியன் என்று சிரித்தான், ஆதித்தியன்... அச்சிரிப்பு முழுவதும் பழிதான் இருந்தது.

இவ்வாறே அவர்கள் பேசிய படி குதிரை ஓட்டி நடந்து சென்றனர். ஆதித்தியனுக்குத் தான் செய்தது தவறோ? அவளைத் தாக்கியிருக்க கூடாதோ என்றபடி யோசித்து வந்தான்.

திடீரென குதிரைகள் பாயும் சத்தத்தில் இருவரும் பதுங்கி நின்றனர். சுமார் 100 வீரர்கள் காட்டினுள் புகுந்து எதையோ? தேடுவது போல் இருந்தது. சற்றுநேர கணிப்பில் தான் புரிந்தது அவர்கள் இளவரசியைத் தேடுகிறார்கள் என்று;

வீரர்களின் கண்ணில்படாமல் நம்மவர்கள்; ஒரு அகன்ற மரத்தின் பின்னால் ஒளிந்தார்கள். அவர்கள் சென்றதும், இருவரும் குதிரையை ஓய்வுக்கு மரத்தில் கட்டிவிட்டு, காலாார நடந்தனர்.

தூரத்தில் ஒரு அகன்ற மண்டபம் தென்பட; வந்தியதேவன் நண்பனே வா! அங்கே படுத்துவிட்டுக் காலையில் நாம் பாண்டியனை நலம் விசாரிக்க போகலாம் என்றபடி சிரித்தான்.

இருவரும் அங்கே சென்றனர். ஆனால் அங்கே அந்த இடத்தை ஏற்கனவே ஒரு கூட்டம் ஆக்கிரமித்து இருந்தது. சரி சண்டையிட இது நேரமில்லை என்ற படி, அவர்களுடன் படுத்துக் கொண்டனர்.

அதிக களைப்போ...என்னவோ...
சூரியன் தன் கூரிய ஒளியால் அவர்களின் மேல் தாக்குதல் நடத்தியும் அவனால் அவர்களை விழிக்க வைக்க முடியவில்லை.

அருகில் இருப்பவன் வந்தியதேவனைத், தட்டி எழுப்பிட திடுக்கிட்டு எழுந்தான். அவனைச் சுற்றி இருந்தவர்கள் அனைவரும் அரேபியர்கள் போல் இருந்தனர், அவனை எழுப்பியதும் ஒரு அரேபியன் தான்.

வந்தியதேவன் ஆதித்தியனை எழுப்ப அவனும் உடனே எழுந்திட்டான். சுற்றிப் பார்த்தான், அனைவரின் முகமும் ஓரே போல் தெரிந்திடும் அந்த அளவுக்கு தாடி வைத்திருந்தனர்.

அவர்களும் அரேபியர்கள்தான் என்றது புரிந்தவாரே! வந்தியதேவனைப் பார்க்க; அவனும் இளவரசரைப் பார்த்திருந்தான்.

அரேபியர்கள் தங்களது துணி மூட்டை முழுவதிலும் கூரிய கத்திகளால் நிரப்பி வைத்தனர்.

நிரப்பியதும் எல்லாரும் ஒருசேர கிளம்பினர். ஆதித்தியனுக்குச் சிறுவயதிலேயே விடுகதை என்றால் கொள்ளைப் பிரியம். ஒன்று அவனுக்கு எதிர்பார்ப்பைக் கூட்டிவிட்டால் அது எதுவென்று கண்டுபிடிக்காமல் இருந்திட மாட்டான். அதுபோல் இன்றும் அவர்கள் எங்கே செல்கிறார்கள் என தெரிந்துகொள்ள ஆவல் வர அவர்களுடன் இவனும் கிளம்பினான்.

வந்தியதேவனுக்கும் அதே! ஆவல் இளவரசரைத் தடுக்காமல் அவனும் சென்றான். வந்தியதேவன் கூட்டத்தில் இருந்த ஒவ்வொருவரையும் தனியாய்க் கவனித்து வந்து கொண்டிருந்தான்.

யார்? யார்? வாள் வைத்திருக்கிறார்கள். யாரெல்லாம் வலது இடது பழக்கம் கொண்டவர்கள். வேல் வைத்தவர்கள் யாரார்? என்றவாறு கவனித்து வந்து கொண்டிருந்தான்.

திடீர் தாக்குதலில் எவ்வாறு தப்பிப்பது என்றும் கூட சிந்தித்து இருந்தவனின் மனதில் திடீரென உதித்தது ஏன்? இவர்கள் நம்மை அடையாளம் காணவில்லை

நீண்டு யோசித்தவனின் மூளையில் சற்றுக் கணிப்பில் இவர்கள் பல்வேறு இடத்தில் இருந்து சிறு சிறு குழுக்களாக சேர்ந்தவர்களாய் இருக்க வேண்டும். ஒரே கூட்டமாக வந்தவர்கள் அல்ல; அதனாலேயே நம்மை அடையாளம் காணவில்லை, எதற்காக? சேர்ந்திருப்பார்கள் என்று யோசித்து ஆதித்தியனைப் பார்த்தான்.

ஆதித்தியன் தனது குதிரையின் மேல் படுத்துக் குதிரையுடன் பேசி வந்து கொண்டிருந்தான்.

ஆதித்தியன் தன் வாளின் மேல் நம்பிக்கை கொண்டவன். அதை விட தன் பலத்தின் மேல்; ஒவ்வொரு போரிலும் முதலில் சிக்கலில் மாட்டிக் கொள்வான். இறுதியில் தனக்கே உரிய பலத்தில் தப்பித்து கொள்வான்.

இவை எல்லாவற்றையும் விட தன் நண்பனின் மேல் அபார நம்பிக்கை அவனுக்கு... அதனாலேயே! எதைப் பற்றியும் கவலையில்லாமல் வந்து கொண்டிருந்தான்.

அவர்கள் காட்டைத் தாண்டி நாட்டை அடைந்த சமயத்தில் மக்கள் கூட்டம் கூட்டமாக பயணப்பட்டனர். அவர்களின் நெரிசலில் சிக்காமல் இருக்க அனைவரும் குதிரையை வேகமாக செலுத்தினர்.

சிறிது தூரம் கடந்ததும் கட்டிடங்கள் சற்று பெரிது பட ஆரம்பித்திருந்தது.

தாமிரபரணி என நினைக்கிறேன்; மக்கள் கூட்டம் கூட்டமாக ஆற்றில் விளையாடினர். அதைப் பார்த்ததும் அவர்களுக்கு ஏதோ விசேச தினம் என்று மட்டும் புரிந்தது.

இவ்வாறே மதுரையை அடைந்தனர். அங்கே வந்தியதேவனுக்கு ஏமாற்றத்தை அளித்தது. காரணம், வானுயர்த்த கட்டிடங்கள் ஏதும் இல்லை. ஒரே ஒரு அரண்மனை மட்டும் கொஞ்சம் பெரிது ஆனால் அதுவும் சொல்லும் அளவில் இல்லை. இதனால் சற்று ஏளனமான சிரிப்பில் ஆதித்தியனைப் பார்த்து இளவரசே! இவர்களின் கட்டிடக் கலையில் சிறப்பே இல்லை, இவர்களை சோழர்களுடன் நீர் ஒப்பிடலாமோ என நகைத்தான்.

ஆதித்தியன் வந்தியதேவனைப் பார்த்து, பாண்டியர்கள் ஆடம்பரத்தில் நாட்டம் அற்றவர்கள். அவர்கள் பூமியைப் பெரிதும் நேசிப்பவர்கள். இன்றும் கூட பூமியில் அமர்ந்தே உண்பார்களாம். அரசர் கூட எப்போதும் அரியாசணத்தில் அமர மாட்டாராம், தேவையின் போதுதான் அமர்வார் என்று கூறி... அவர்கள் எளிமையில் சிறந்தவர்கள், வீரத்திலும் கூடத்தான் என பெருமையாய்ச் சொல்லி முடிக்க, அரண்மனையும் வந்தது.

வாசலில் சொல்லும் அளவிற்கு வீரர்கள் இல்லை. இரு வீரர்கள் மட்டுமே இருந்தனர். அரேபியர்கள் வீரர்களிடம் எதையோ காண்பித்து உள்ளே சென்றார்கள்.

வீரபாண்டியன் அவர்களை வரவேற்றான். என்னதான் வீரபாண்டியனின் மேல் வன்மம் இருந்தாலும் அவனை ஆர்வமாக அதே சமயத்தில் மரியாதையாகவும் பார்த்தனர் நம் வீரர்கள்.

அவன் அவர்களை அரண்மனை முற்றத்தில் அமர்த்திவிட்டு உள்ளே சென்றான். அரண்மனை உள்ளேயும் யாரும் இல்லை;

அரசரோடு இருவர் இருந்தனர். அவர்கள் முதன்மை தளபதி மற்றும் மந்திரி ஆக இருக்கும் என நம்மவர்கள் நினைத்தார்கள்.

பாண்டியன் உள்ளே சென்று யஷ்வந்தினியை அழைத்து வர, அவள் தனது கூந்தலால் தனது பாதி முகத்தை மறைத்திருந்தாள்.

மீனின் அடையாளம் தெரியகூடாது என்பதற்காகவே அவள் மறைத்திருக்க வேண்டும்; என நினைத்தான் வந்தியதேவன்.

வந்ததும் அவள்! நாளை எனக்கு சுயவரம்;
நான் நாளை நீங்கள் கொண்டுவந்த உடையை அணிந்து வெளியே சென்றால் சூரிய பகவானே! என் அழகில் மயங்கி என்னை மணக்க வர வேண்டும் என்று கூறி சிரித்து கொண்டே அருகில் வர; பாண்டியனும் மற்ற இருவரும் சற்று தூரத்தில் இருந்தனர்.

ஆதித்தியன் அவள் அழகில் மயங்கி அவளையே பார்த்தான். வந்தியதேவனுக்கு ஒரே குழப்பம்! அவர்கள் ஆடையைத் தங்களுடன் எடுத்து வரவில்லையே? ஆயுதம் தானே எடுத்து வந்தார்கள் என்றவாறு குழம்பிக் கொண்டிருக்கும் போது,

அதற்கு ஏற்றது போல் முன் வரிசையில் ஒருவன் யஷ்வந்தினியைக் குத்த கத்தியை எடுத்து மறைத்தான்.

என்ன நடக்கும் என்று புரிந்தவனாய்; வந்தியதேவனுக்கு சந்தோஷம் தாங்க முடியவில்லை இதோடு பாண்டிய நாட்டின் கதை முடிந்தது என்ற படி அவனும் வாளை எடுத்தான்.

யஷ்வந்தினி அவர்களை அருகில் வந்து காண்பிக்குமாறு ஆணையிட; ஒருவன் அவள் கவனிக்காத திசையில் அவளைக் குத்த எத்தனித்தான்.

அதைக் கவனித்த ஆதித்தியன்... சப்தலிக்கா என்று கத்தினான்.

அவள் சுதாரித்து சற்று விலகினாள். அதற்குள் இரு அரேபியர்கள் அவளை கொன்றிட முயல; ஆதித்தியன் எதிரே குறுக்கிட்டு ஒருவனின் கழுத்தை வெட்டினான். மற்றொவனுக்கு அவனது இதயத்தில் வாள் பதித்தான்.

மறு முனையில் அரேபியர்கள் வீர பாண்டியனைக் கொல்ல ஓடினர். வந்தியதேவனும் ஓடி முதலில் சென்றான். எப்படியாவது பாண்டியனைக் கொல்ல வேண்டும் என்ற வெறி அவன் மனதின் ஒரு புறத்தில் இருக்க!

அவனது மனதின் இன்னொரு புறத்தில்... இப்போது நாம் வீர பாண்டியனைக் கொன்றாலும்; அரேபியனில் யாராது கொன்றாலும்; சோழருக்கே அவமானம்... அவனை நேரில் நின்று வீழ்த்தலாம். துரோகத்தால் அல்ல; இப்போது வேண்டாம் என ஒலித்தது.

இதனால் ஓடியவன் சற்று வேகத்தைத் தணித்துத் திரும்பினான். வீர பாண்டியனுக்குச் சிறுது அருகிலே நின்றான். அவன் பின்னால் வந்த அரேபிய வீரன்; ஒருவனின் உடலில் கத்தியைச் செலுத்தி இன்னொருவனைத் தன் பலத்தால் கீழே தள்ளினான்.

வீரபாண்டியனுக்குக் குழப்பம், தன்னைக் கொல்ல வந்து ஏன்? இவர்கள் சண்டையிடுகிறார்கள் என்று

பின்பு தான் உணர்ந்தான் தன் மகள் அரேபியரின் அருகில் நிற்கிறாள் என்று, வேகமாக ஓடிச் செல்ல எத்தனிக்க; அவன் பின்னால் அவனோடு நின்ற இருவரும், ஆம் அந்த பாண்டிய நாட்டவர் இருவரும் பாண்டியனின் மேல் வாளால் குத்தினர்.

வீர பாண்டியன் வலியில் கத்தினான்.

வந்தியதேவன், திரும்பிப் பார்க்க... பாண்டிய நாட்டின் முதன்மந்திரி வீரபாண்டியனை முதுகில் குத்தியது தெரிந்தது.

அவசரஅவசரமாக முன் பக்கம் சண்டையிட்டு, பின் பக்கம் நகர்ந்து வீர பாண்டியனை ஒரே கையில் தாங்கி; துரோகிகளையும் எதிரிகளையும் ஒரே நேரத்தில் சமாளித்து இருந்தான்.

ஆதித்தியன்; யஷ்வந்தினியின் மேல் வாள்படாமல் அரேபியருடன் சண்டையிட்டுக் கொண்டிருக்க, யஷ்வந்தினியும் தன் பங்கிற்கு அரேபியர்களை கொன்றாள்.

அவர்களின் மனம் பதற்றப்படாமல் இருந்தது. ஏனெனில் இவர்களின் பின்னால் நடந்ததை இவர்கள் கவனித்ததாய்த் தெரியவில்லை. ஆதித்தியன் தன் நண்பன் பத்திரமாய் இருக்கிறான் என்றும், யஷ்வந்தினி தந்தை பத்திரமாய் இருக்கிறார் என்றும் நினைத்து மிகவும் நேர்த்தியாகச் சண்டையிட்டனர்.

அங்கே வந்தியதேவனுக்கு நிலைமை மோசமானது. அவன் ஒருபுறம் அரசரையும் மறுபுறம் தனது வாளையும் வைத்துச் சண்டையிட அவனது கண்கள் இளவரசரையே தேடின.

முக்கால்வாசி அரேபியனின் தலையை வந்தியதேவன் துண்டிக்க... இவ்வாறு சென்றால் நம் திட்டம் வீண் என உணர்ந்த துரோகிகளில் ஒருவன், பாண்டியனின் மேல் வில்லை எறிந்தான். பாண்டியனின் மேல்படாமல் வந்தியதேவன் தன் மேல் வாங்கிக் கொள்ள, இன்னொரு அரேபியன் வேலால் வந்தியதேவனை முதுகில் குத்தினான்.

இதற்குமேல் சண்டையிட முடியாது. ஆனால் இருவர் மட்டுமே எதிரிகளில் இருக்கின்றனர்; என சிந்தித்தவனின்

மனதில் தோன்றிய திட்டத்தின் பயனாக, பாண்டியனைப் பின்னால் குத்தியவனின் மேல் தள்ளினான்.

அவன் நிலை தடுமாறி கீழே விழ... முன்னால் நின்றவனின் மேல் கத்தியை செலுத்தி விட்டு; பின்னால் விழுந்தவனின் தலையை வெட்டிவிட்டு கீழே சரிந்தான்.

வீர பாண்டியன் தன் உயிர் காப்பாற்றிய நம் வீரனின் முகத்தை ஒரு கணம் பார்த்துத் தூக்கிச் சுவரில் சாய்த்து நிற்க வைத்தான்.

ஆதித்தியனும் யஷ்வந்தினியும் வெற்றிகரமாக அரேபியர்களை விழ்த்திவிட்டு திரும்பி பார்க்க; அவர்களின் கண்ணிற்கு வீரபாண்டியன் வந்தியத்தேவனின் மேல் கத்தியைக் குத்துவது போல் தோன்றியது.

அதன் காரணமாக ;
ஆதித்தியன் அதிர்ச்சியில் வேக வேகமாக ஓடிச் சென்று பாண்டியனைக் கீழே தள்ளினான். அவன் பிடித்திருந்த வந்தியதேவனும் கீழே சரிந்தான்.

ஆதித்தியன் நண்பனின் மேல் உள்ள பற்றால் என்ன நடந்திருக்கும் என யூகிக்காமல்; பாண்டியனைக் குத்த போனான். யஷ்வந்தினி தன் வாளால் தடுத்தாள்;

நண்பனின் மேல் இதுவரை சிறு காயத்தைப் பார்க்காதவன். தனக்கு ஏதாவது ஒன்று எனில் தன் உயிரைக் கொடுத்து காப்பவன். சூரியனை விட பிரகாசமாக சிரிப்பவன். அதை விட தன் தங்கையின் காதலன்... என தன் வாழ்க்கையின் மிகவும் முக்கியமானவன்; இப்படிச் சரிந்திருப்பதை முதன்முதலில் பார்ப்பதால் என்னவோ? யஷ்வந்தினியின் வாளைத் தனது முழு பலத்தில் தாக்கிட, வாள் எங்கோ விழுந்தது.

பின் வீர பாண்டியனைத் தலையெடுக்க வேகமாக வாள் வீச, பாண்டிய இளவரசி... தன் அரசரின் உயிர் காக்க, காலில் விழுந்து கெஞ்சினாள்.

ஆதித்தியனுக்கு யஷ்வந்தினியின் மேல் இயற்கையாக ஈடுபாடு உண்டு, ஆனால் இந்த முறை அல்ல, நண்பனின் மேல் உள்ள பற்றால், யஷ்வந்தினியின் கெஞ்சலைக் கூட பொருட்படுத்தாமல் அவளைக் காலால் மிதித்துக் கீழே தள்ளி விட்டான். அவள் எழுந்து வருவதற்குள், வீரபாண்டியனின் தலையெடுத்தான்.

அவள் அதிர்ச்சியில் பார்த்து உறைந்து நிற்க! என் நண்பனின் நிலைமைக்கு நீ தான் காரணம் என்று அவள் இடையில் வெறி தீர கத்தியால் குத்தினான். யஸ்வந்தினி, ஆதித்தியனின் இதயத்தைப் பிடித்த படியே சரிந்தாள்.

பாகம் நான்கு

சுயம் வரம்

தனது தந்தையான சுந்தரசோழரின் ஆட்சி காலத்திலேயே,
ஆதித்திய கரிகாலனின் வீரத்தைப் பாராட்டி
சோழ பேரரசின் இணை அரசராக அறிவிக்கப்பட்டிருந்தார்.

4

வில் எய்திய மான் தன் சோகப் பார்வையில் வேடனைப் பார்த்தபடி துடிக்குமாம். அதுபோல் தான் யஷ்வந்தினியும் ஆதித்தியனைத் தன் அழகிய விழிகளில் நீர் வழிய பார்த்தபடித் துடிதுடித்திருந்தாள்.

அவள் துடிப்பதைப் பார்க்க முடியாமல் அவளைக் கொன்றுவிடாலாமா? என்றவாறு அவள் கழுத்தில் கத்தியைப் பதிக்க தயாரானான் ஆதித்தியன்.

நண்பா கொஞ்சம் நில் என்றபடி தட்டுத் தடுமாறி எழுந்த வந்தியதேவன், அவள் அருகில் வந்தான். என்னதான் எதிரியாயினினும் அவனைக் குலத்தோடு அழிப்பது பாவம் என்றபடி; வீர பாண்டியனின் ஒரே மகள் இவள். அவனின் குலம் இவ்வாறு அழிவது தவறு. என ஆதித்தியன் தனது கத்தியால் குத்திய அவள் இடையில் தன் உடையைக் கிழித்துக் கட்டினான்.

ஆதித்தியன் நண்பா உனக்கு ஒன்றும் இல்லையே! என்றபடி; நெஞ்சோடு அணைத்திட; சோழர் கொடி பாரதம் முழுவதிலும் பறக்கவிடாமல் நாம் மடிவோமா? என்று சிரித்தான்.

ஆதித்தியனுக்கு ஒன்றும் மட்டும் புரிந்ததாய்த் தெரியவில்லை? வீரபாண்டியன் அரண்மனையில்

இவ்வளவு சேதம் நடந்திருக்கிறது. அவனது ஆபத்து உதவிகள் இன்னும் வரவில்லை. மக்களுக்கு எந்த நிகழ்ச்சியும் தெரிந்ததுபோல் தெரியவில்லை. அவனது குடுப்பதினர் என எவரையும் காணவில்லை என சிந்தித்துக் கொண்டிருந்தான்.

அதேகணம் கொட்டுகள் முழங்கிய படி...! படைவீரர்கள் குதுகலத்துடன் நகரத்திற்குள் யாரோ ஒரு பிரபலமானவர் நுழைவது போல் அவனுக்குக் கேட்டது.

உடனே ஆதித்தியன் சுதாகரித்துக்கொண்டு நண்பனைத் தூக்கிக் கொண்டு எழுந்து நின்றான். அரண்மனையின் கதவு திறக்கப்பட்டது. கடல் போல் மக்கள் அதற்குள் நுழைந்தனர்.

யானையில் 18 இளவரசர்கள் படைசூழ அமர்ந்து வந்தனர். அவர்கள் பின்னால் பாண்டிய நாடே நின்றது. அப்போதுதான் புரிந்தது ஆதித்தியனுக்கு; சுயவரம் நடத்த மணமகன்களை அழைக்கதான் அவனது படைகள் சென்றிருக்கின்றன என்று.

மக்களும் ஆர்வமிகுதியில் எங்கோ! பயணப்பட்டதை நாம் போன பாகத்தில் பார்த்தோம் அல்லவா!

மின்மினி போல் மின்னிய இளவரசர்களின் பற்களும்; சந்தோசத்தில் சிரித்து குதுகலித்த பொதுமக்களும்; சூரியனைக் கரியமேகம் மூடுவதைப்போல் என்ன நடந்தது என்றே! புரியாதவாறு... இறந்து கிடந்த அரசரையும், வலியில் துடித்துக் கொண்டிருந்த இளவரசியையும் பார்த்தனர்.

அரண்மனை கதவு என்னதான்! பெரியதாய் இருந்தாலும் யானையின் மேல் உள்ள இளவரசர்கள்; முதன்மை வரிசையில் இருந்த வீரர்களுக்கே! அங்கே நடப்பது தெரிந்தது. பின்னால் இருந்தவர்களுக்கு முன்னால் இருந்தவர்கள் மறைத்ததால் சரியாகத் தெரியவில்லை

தன் அரசனும் அவனது மகளையும் அவ்வாறு பார்த்த அவனது வீரர்கள், கோபத்தில் வாள் உயர்த்தி ஆதித்தியனிடம் போரிட அவனை நெருங்கினர்.

ஆதித்தியன், அவர்களைப் பார்த்து... வீரத்திலும் நேர்மையிலும் முதன்மை பெற்று விளங்கும் பாண்டிய வீரர்களே! உங்கள் நாட்டில் புகுந்து; உங்களது அரசனைக் கொன்று; அவனது சுயவரம் கொண்ட மகளை வென்று கவர்ந்திருக்கிறேன். நியாயபடி நான் உங்கள் அரசன்; நீங்கள் என்னிடம் போர்க்கு வருவது தன் தாயைத் தானே தாக்குவதற்குச் சமம். உங்கள் அரசர் தன் மகளின் சுயவரத்திற்கு அழைத்த யாரேனும் என்னுடன் போரிட்டு என்னை கொல்லட்டும்; அவர்களுக்கே அந்த உரிமை உள்ளது.

அவ்வாறு கொல்பவருக்கே! இந்த நாடு..... இன்றி எனக்குதான் இந்நாடும் இந்த இளவரசியும் சொந்தம் என இடி போல் முழங்கினான்.

வீரர்கள் கோபத்தையும் வேகத்தையும் தணித்து தான் அறிந்த நியாத்தின்படி பணிவாய் நின்றனர்.

ஆதித்தியன் சுயவரத்திற்கு வந்திருக்கும் எனதருமை இளவரசர்களே! சுயம்வர போட்டியை நானே சொல்கிறேன். அதற்குமுன் வைத்தியரை அழைத்து இளவரசிக்குச் சிகிச்சை கொடுங்கள் என்றான் நம் வீரன்.

இதுவரை என்ன! நடக்கிறது என்ற குழப்பத்தில் இருந்த மக்கள்; ஆதித்தியனின் இடி போன்ற குரலால் சுயநினைவிற்குத் திரும்பிய அடுத்த கணம்; கூட்டத்தில் இருந்து ஏழு பேர் யஷ்வந்தினியை நெருங்கினர். அவளுக்கு அவர்கள் வைத்தியம் தான் பார்க்க வந்தனர் என உறுதி படுத்திய ஆதித்தியன்.

சுயம்வரப்போட்டி என்னவெனில் இளவரசர்களே! உங்களில் யாரேனும் போரிட்டு என்னைக் கொன்றால்; அவர்களே இவளை மணந்துகொண்டு மதுரையை ஆட்சி செய்யலாம்.
இல்லையேல் என்னிடம் மண்டியிட்டுச் சரணடையலாம் எனக் கத்தினான்.

வந்த பதினெட்டு இளவரசர்களில் அனைவரையும் போரில் சந்தித்து இருக்கிறான் ஆதித்தியன். அவர்கள் கண்டிப்பாக அவனைக் கொல்வார்கள் என்ற பாண்டிய மக்களின் எண்ணத்திற்கும்; தன்னிடம் முடிந்தவரை போரிடுவார்கள் என எண்ணிய ஆதித்தியனின் எண்ணத்திற்கும் ஏமாற்றம்.

அவர்கள் சோழ இளவரசே! உங்களிடம் சிற்றரசர்களாக நாங்கள் வாழ்ந்து வருகிறோம். அப்படி இருக்க; உங்களை எங்களால் எவ்வாறு எதிர்க்க முடியும் என வந்த இளவரசர்கள் அனைவரும் ஒருவாறு கூறிட... ஒருவன் மட்டும் யானையில் இருந்து இறங்கினான். அவன் கங்கை இளவரசன்; அவன் போரிடுவதற்கு அவன் தந்தையிடம் ஆசி பெற்றிட தந்தையை நெருங்கினான். அவன் தந்தை அவனிடம்; சாளுக்கிய நாட்டைத் தீக்கு இரையாக்கிய வீரர்கள் அந்த இருவர். நீ சற்று பொறுமையுடன் இரு மகனே! என அவர் அறிவுரை கூற சுயம்வரம் போட்டியின்றி முடிந்தது.

ஆதித்தியனுக்குக் கர்வம் தலைக்கு ஏறியது. இனி நான் அரசராய்ப் பதவி ஏற்கும் சமயம் உங்கள் பதினெட்டு பேரில் எவராவது பாண்டிய நாட்டில் நின்றீர்களேயானால் உங்கள் தலை உங்களுக்கானது அல்ல; என கர்ஜனை செய்து விட்டு பின் ஆதித்திய கரிகாலன் பாண்டிய வீரர்களைப் பார்த்து; இனி இந்நாட்டின் சோழ அரசன் நான், என்று கூறிச் சுயம்வரத்திற்கு வந்த இளவரசர்களை முறைக்க அவர்கள் தப்பித்தால் போதும் என நகர்ந்தனர்.

கம்பீரமாக நடந்து யஷ்வந்தினியைப் பார்க்க, அவள் சுயநினைவை அடைந்திருந்தாள்.

சுயவரத்தில் வெற்றி பெற்றது நானே! இனி நான் யார்? இந்நாட்டிற்கு என ஆதித்தியன் கர்ஜிக்க...! நீயே பாண்டிய நாட்டை வென்ற சோழ மன்னன்... என பின்னால் இருந்து வந்திய தேவன் கர்ஜித்தான்.

க்கூ க்கூ க்கூ என ஆதித்தியன் ஒருவித குரலில் கூவ...! அவனது கழுகு அரண்மனை வாசல் வழியாக உள்ளே வந்தது.

சோழ வைத்தியர்களில் தலைசிறந்த ஒருவனை ஒரு இரவு ஒரு பகலுக்குள் அனுப்புமாறு எழுதி, வந்திய தேவனின் காயத்திற்காகத்தான் கேட்கிறேன். என தன் தங்கைக்கும் செய்தி எழுதி கழுகிடம் அனுப்பினான்.

அதுவரை, தெளிவான மனநிலையில் இருந்த வந்தியதேவன்...! இளவரசர் எப்போது கழுகைத் தன்னுடன் அழைத்து வந்தார்? இது முன்னமே? நடக்கும் என அறிந்திருப்பாரோ? ஒருவேளை, அரேபிய படைகளை ஏவி பாண்டியனைக் கொலை செய்ததும் அவர் தானோ? என குழம்பிக்கொண்டிருந்தான்.

இது ஒருபுறம் நடந்து கொண்டிருக்க...! வந்த பொது மக்களில் ஒருவன்; அரசே நடந்தது நடந்தாயிற்று... இளவரசியைப் பற்றி சிந்தியுங்கள்! எப்போது கல்யாணம் செய்ய போகிறீர்கள்? என கேட்டான்.

கல்யாணமா! சோழ நாட்டு அரசர், படைவீரர்கள் இங்கு வரட்டும்; அதன் பின் கல்யாணம் செய்துகொள்கிறேன். அதுவரை இவளை அடிமைச் சிறையில் அடைத்திடுங்கள் என்று ஆணையிட்டான்.

வீரர்கள் அவளைக் கைது செய்ய தயங்கி நின்றனர். அதைக் கவனித்த ஆதித்திய கரிகாலன்; வைத்தியம் பார்த்த வைத்தியர்களைத் தட்டி விட்டு அவளைத் தூக்கி அடிமைச் சிறையில் அடைக்கச் சென்றான். வைத்தியர்களையும் சேர்த்துச் சிறையில் அடைக்க உத்தரவிட்டான்..

பாகம் ஐந்து

சப்தலிக்கா

ஆதித்திய கரிகாலனின் கொலை குற்றமானது,
இராஜ இராஜசோழனின் ஆட்சி காலத்தில் விசாரிக்கப்பட்டுக்
குற்றவாளிகளின் பதவிகள், நிலங்கள் பறிக்கப்பட்டன.
தண்டிக்கப்பட்ட குற்றவாளிகளானவர்கள்:
ரவிதாசன், சோமன், பரமேஸ்வரன்.

5

ஆதித்தியன் பாண்டிய நாட்டிற்கு வந்து இரண்டு இரவுகள் முடிந்து,

மூன்றாம் நாள் காலை...!

வந்தியத்தேவன்...! நண்பா நாம் வீர பாண்டியனைக் கொன்றதே முறையல்ல. இதற்கே வரும் சந்ததி நம்மைத் தூற்றும். இதற்கிடையில் அவன் மகளையும் சிறையில் அடைத்து விட்டாய்! தர்மம் தலை காக்கும் என்பார்கள். நீ கேவலம் அரியாசணத்திற்காக தர்மத்தைக் காக்காவிட்டால் எங்கணம்? என நண்பனிடம் தன் மன வருத்தத்தைத் தெரிவித்தான்.

ஆதித்தியன் ஒரு கணம் வந்தியதேவனை அசையாது பார்த்தான். திடீரென அவனைக் கட்டி தழுவியவனாய் நண்பா!

பாண்டிய நாட்டிற்கு; வெகு அருகில் இருப்பது சோழநாடு நமக்கே! அவரின் மகளிற்கு சுயம்வரம் நடக்கப்போவது தெரிந்திருக்கவில்லை. இளவரசர்களுக்குத் தூது அனுப்பியது பற்றிச் சிறு செய்திகூட கசியவில்லை.

அப்படியெனில் அவர்களின் பெயரில் தவறில்லை தானே? இவ்வாறு இருக்க...! அரேபியர்களுக்கு எவ்வாறு தெரிந்திருக்கும் சொல்? துரோகிகள் இருக்கிறார்கள் இந்த பாண்டிய நாட்டில் என்றான்.

தன்னைத் தாக்கியதும் பாண்டியன் அல்ல; பாண்டியனின் மந்திரி தான்; பாண்டியன் தன்னைத் தாங்கிக் கொள்ளவே முற்பட்டான். என்பதைச் சொல்ல வாயெடுத்த வந்தியதேவன்; இப்போது சொல்வது முறையல்ல என்று நிறுத்தி... நீ சொல்வதற்கும் அவளைச் சிறையில் அடைத்ததற்கும் என்ன தொடர்பு என்றான் வந்தியதேவன்.

வந்தியதேவா! நான் பாண்டியனைக் கொல்லவில்லை என்றாலும் அரேபியர்கள் அவனைக் கொன்றிருப்பார்கள். பாண்டியன் மடிந்தது தன்னால் அல்ல; அவனின் உடனிருந்தோரின் துரோகத்தால் தான். அப்படி இருக்க! அவனது மகளை யாரை நம்பி இங்கே வைத்திருப்பாய் சொல் என்றான்.

வந்தியதேவன் ஒரு கணம் யோசித்து, சரி வைத்தியர்கள் அவளுடன் இருக்கிறார்களே! எனக் கேட்டான்.

அவர்கள் துரோகிகளாய் இருக்க வாய்ப்பில்லை; அவர்கள் உண்மையாக இளவரசியின் மேல் பாசம் கொண்டவர்கள். அதனாலேயே தன் உயிரைப் பற்றியும் கவலைப்படாமல் என்னைத் தாண்டி உயிர்காக்க சென்றார்கள் என்றான்.

வந்தியதேவன் சற்று யோசித்து... நீ சொல்வது சரி தான். அவளுக்குச் சிறையே பாதுகாப்பானது. என்னை மன்னித்துவிடு... உன்னைத் தவறாய் நினைத்தற்கு என்று கூறிவிட்டுச் சிறைச் சாலை இருக்கும் திசை நோக்கி நடந்தான்.

ஆதித்தியன் அவனையே பார்த்திருக்க...!

வந்தியதேவன்; சோகமாக தலையைக் குனிந்தபடி நடந்தான். பார்த்ததும் தெரிந்திடும் அளவிற்கு அவள் சிறையைச் சுற்றிலும் வேட்டை நாய்கள் கட்டப்பட்டிருந்தன.

அங்கு இருக்கும் வீரர்களின் மேல் நம்பிக்கை இன்றி இவ்வாறு செய்திருப்பானோ? என்னவோ! என்றபடி சிறைக்குள் சென்றான்.

யஷ்வந்தினி அறையின் ஓரத்தில் அமர்ந்திருந்தாள். வைத்தியர்கள் அவளைச் சுற்றி இருந்தனர். வந்தியதேவன் கதவைத் திறந்து உள்ளே செல்ல; யஷ்வந்தினி கோபத்தின் தணலால் அவனைச் சுட்டுக் கொண்டிருந்தாள்.

அவன் கண்டுகொள்ளாமல், உள்ளே நுழைந்து அவள் காலின் அடியில் அமர்ந்தான்.

அவள் திடுகிட்டு எழுந்திருக்க முயற்சித்தாள்; முடியாமல் அமர்ந்தாள்.

இதைக் கவனித்த வந்தியதேவன். மரியாதை தேவையில்லை யம்மா! நீர் என்னாட்டு ராணி ஆக போரீர்; என்றதும் யஷ்வந்தினி தன் அவமதிப்பைத் தன் காலால் அவனை எட்டி மிதித்து காண்பித்தாள்.

இதை எதிர்பார்த்த அவன்; கலையிழந்த முகத்தோடு... இளவரசி; இளவரசரைப் பாண்டிய நாட்டிற்கு ஒற்று அழைத்து நான் தான். நானே! இவ்வெல்லா பிரச்சனைக்கும் தொடக்கம்.

அதுமட்டுமல்லாமல் உங்கள் குரலைக் கேட்டு உங்களைக் காண வந்ததும் நான் தான். அரேபியர்களைத் துணைக்கு அழைத்து உங்களின் தந்தையைக் கொல்ல வந்ததும் நானே!

இளவரசருக்குத் துளியும் இதில் தொடர்பு இல்லை.

உனக்கு இழைக்கப்பட்ட அநீதிக்கு; நீ பழி வாங்க வேண்டுமென்றால் நீ என்னைத்தான் பழி வாங்க வேண்டும். என் நண்பனை அல்ல என்றவாறு கூறினான்.

ஆதித்தியன் உட்பட அனைவரும் என்ன நடக்கிறது என்றவாறு கணினியைக் கவனித்திருந்தனர்.

ரவி அண்ணா! ரவி அண்ணா! என்ற குரல்...! யஸ்வந்தினி உடையது. அனைவரும் கேட்டுத் திரும்பினர்.

தற்போதைய யஷ்வந்தினி, அண்ணா எங்களுடைய சீப் மற்றும் அவரோட சேர்ந்து எங்க குரூப் மெம்பர்ஸும் வந்துவிட்டாங்க....

இன்னைக்குதான் நாம அந்த பாரஸ்ட்க்கு போகனும், வீரபாண்டியனின் அரண்மனையை ஆராய்ச்சி செய்வதற்கு...! நைட் 9 ஓ கிளாக் ரெடியா இருங்க என்றாள்.

பாகம் ஆறு

காதல்

ஆதித்திய கரிகாலன், இணை அரசனாக இருந்த ஆண்டு
கி.பி 966 முதல் கி.பி 971 வரை.
கி.பி 971 ஆண்டே அவர் கொலை செய்யப்பட்டார்.

6

சரியாக யஸ்வந்தினி அவர்களிடத்தில் பேசிவிட்டுச் சென்று மூன்று மணி நேரம் முடிந்திருந்தது. ஆதித்தியனிடம் தற்போதைய வந்தியதேவன் உனக்கு இரண்டு சான்ஸ் தான் இருக்கு என்றான்.

என்ன! என்றவாறு ஆதித்தியன் பயங்கர சிந்தனையில் கேட்டான்.

அதைப் பிறகு சொல்றேன். முதல்ல உனக்கு வருகிற மாதிரி யஸ்வந்தினிக்கு கனவு வருகிறதா? என்று பார்க்கனும் என்றவாறு தற்போதைய ரவி சொன்னான்.

ஆமா டா அதை எப்படிக் கண்டுபிடிக்க, என ஆதித்தியன் ஆவலில் கேட்டான்.

அதே நேரத்தில் ரவி அண்ணா! என்ற குரல் தற்போதைய யஸ்வந்தினி உடையது. அவளுடன் சேர்ந்து 5 பேர் வந்தனர்.

இவர்களைப் பார்த்து; யஸ்வந்தினி, அவளது சீப் மற்றும் டீம் மெம்பர்ஸிடம்...சார் இவங்க தான்; நமக்கு இந்தக் காட்டை சுத்திக்காட்ட போகிற வாட்ச்மேன்ஸ் என்றாள்.

வாட்ச் கூட போடல...! இவங்களாம் வாட்ச் மேனா! என அவளுடன் சேர்ந்து இன்னொருவள் நக்கலடித்தாள். நாங்களெல்லாம் 'ட்ரெய்னிங்' ஐ.பி.எஸ் ஆபிசர்ஸ்... பாத்துப் பேசுங்க; என்றவாறு ஆதித்தியன் அவர்களை முறைத்தான்.

பரவாயில்லையே! சப்ஜெட்க்கு உயிர் இருக்கே!! என திரும்பவும் கலாய்த்தாள் யஸ்வந்தினி

ரவி சுதாகரித்து இடையில் புகுந்து சரி! சரி! ரொம்ப...! ஓட்டாதே, என்றவாறு... அவர்களது சீப்பை பார்த்து...! சார் கரெக்ட் "ஆ" 10 ஒ கிளாக் கிளம்புலாம் இப்போது ரெஸ்ட் எடுங்க என்றான். அவர்களும் கிளம்பினார்கள்!

ஆதித்தியன் ஏதோ சொன்னாய்! அவளுக்குக் கனவு வருதானு கண்டுபிடிக்க போறேன்னு, ரவியைக் கடிந்து கொண்டான்.

உனக்கு எல்லாத்துக்கும் அவசரம் நண்பா! இப்படி அவசரப்பட்டுதான், போன ஜென்மத்தில் சீக்கிரம் மேல 'போய்ட்ட' என்று சிரித்தான் ரவி.

ஆதித்தியனுக்குப் பதில் ஏதும் சொல்லத் தோனவில்லை; அதனால் ரவியின் முகத்தைப் பார்த்தபடி அசையாமல் அப்படியே நின்றான்.

இதைக் கவனித்த, ரவி இரு டா... இன்னைக்குக் கண்டுபிடித்துச் சொல்றேன் என்றான்.

சரியாக 10 மணி இருக்கும்!
காட்டிற்குள் போக; இரண்டு கார் ரெடியாக இருந்தது. ரவி எல்லாரும் வந்துடிங்களா? என கேட்டான்.

தற்போதைய யஷ்வந்தினி ஆமா! என்றதும், ரவி மயங்கி விழுவது போல் நடித்தான்.

ஆதித்தியனையும் சேர்த்து எல்லாரும் ரவி என கத்திட...
யஷ்வந்தினி மட்டும் வந்தியதேவா எனக் கத்தினாள்.

உடனே ரவி எழுந்து என்ன ஆயிற்று; எல்லாரும் கத்துறீங்க
என்று ஆதித்தியனைப் பார்த்தான்.

உன் மூஞ்சி என்றாள் தற்போதைய யஷ்வந்தினி.

நமது கதாநாயகனோடு சேர்த்து அவனது நண்பர்கள்
நால்வரும் ஒரு காரில் வந்தனர். மற்ற எல்லாவரும் மற்றொரு
காரில் ஏறினர்,

டேய் அவளைக் கவனிச்சியா? அவளுக்கும் கனவு வருது;
அதான் என் பழைய பெயரைக் கரெக்டா சொன்னாள்
என்றான்.

ரெனிஸ் குறுக்கிட்டு, 'நம்ம' ஆதிக்கு அவனோட பூர்வ
ஜென்ம பெயர் தான் இப்பவும் இருக்குது; அந்த
பொண்ணுக்கும் அதே பெயர் தான்; உனக்கு மட்டும் ரவி
எப்படி என்றான்.

ரவி, எனக்கும் *Certificate*-ல வந்தியதேவன் என்றுதான்
இருக்கும். நான் தான் ரவி என்று மாற்றி வைத்திருக்கிறேன்
என்றான்.

இது ஒருபுறம் நடந்து கொண்டிருக்க...! ஆதித்தியனுக்கு
மனதில், நாம்தான் போன ஜென்மத்தில் அவளை ரொம்ப
கஷ்டபடுத்தி இருக்கிறோம் என்று தோன்றியது.

ரவி, தற்கால ஆதியிடம்... இப்போது அந்த இரண்டு சான்ஸ்
என்னவென்று சொல்றேன் கேளு என்றான்.

ஆதித்தியன் கூர்மையாக ரவியைக் கவனித்தான்.

ரவி சொல்லத் தொடங்கினான். ஒன்று அவளை நீ எல்லார் முன்னாடியும் கொல்றது. இரண்டு இந்த காட்டுலயே நாம யாருக்கும் தெரியாம கொல்றது எது பெஸ்ட் என்றான்.

இதைக் கேட்ட; சுஜினும் ரெனிஸும் இரண்டாவதுதான் பெஸ்ட் என சொன்னார்கள்.

ஆதித்தியன் மச்சா பாவம் டா யஸ்வந்தினி; போன ஜென்மத்துல தான்...! அவளை நாம ஒழுங்க வாழ விடல; இப்பவாச்சும் வாழட்டுமே என்றான்.

அதற்கு ரவி... தன் காட்டமான குரலில் "டேய் அவள் எப்படியோ போட்டும் நீ தான் முக்கியம்" என்றான்.

இவர்கள் இப்படியே பேசிக்கொண்டிருக்க... காட்டின் மையப் பகுதியைக் கார் அடைந்ததும் காரை ஓட்டிவந்த சுஜின், காரை நிறுத்தி...! நடந்துதான் போகனும் என்றான்.

எல்லாவரும் இறங்கிட;
ஒரே இருட்டு... இதுக்கு அப்றோம் எப்படி போறது என்று ரவி, யஸ்வந்தினியிடம் வினாவினான்.

யஷ்வந்தினி... பதிலுக்கு ஹா ஹா ஹா என பயங்கரமாகச் சிரித்தான். அச்சிரிப்பலை, காடெங்கிலும் கேட்டது...

அதேகணத்தில் அவளின் அருகிலிருந்த வந்தியதேவனுக்கு அவனது தலை பயங்கரமாக வலித்திருக்க வேண்டும் தன் தலையைப் பிடித்தபடி அப்படியே! அமர்ந்தான்.

அவனது மனதில்...! ஒரு பெரிய ஆஸ்தான மண்டபத்தின் நடுவில் முற்கால ஆதித்தியன் இறந்து கிடந்தான், அதேநேரம் அவனின் அருகில் நின்ற யஸ்வந்தினியை ஏதோ கூரிய ஆயுதத்தால் தான் குத்தியது போல் தோன்றியது.

இந்த உணர்வு அவனது மனதில் தோன்றிய கணத்தில், அவனுக்குத் தலையானது பயங்கரமாக வலித்தது. இதை கவனித்த...! தற்கால ஆதி; என்ன டா! ஆயிற்று என வந்தியதேவனைப் பார்த்து கேட்பதும்; இரு சிறுத்தைகள் அவளை நோக்கி வருவதும் சரியாய் அமைந்திட... யஸ்வந்தினி தான் சிரிப்பதை நிறுத்தினாள்.

அவள்; சிரிப்பதை நிறுத்தியதும் இதுவரை வந்தியதேவனின் மனதில் தோன்றிய உணர்வு மறைந்தது. அவனின் தலைவலியும் சரியானது.

ரவி அண்ணா! வழி 'கேட்டல' என்னோட பெட்ஸ் காமிக்கும் எனச் சொன்னாள்.

சிறுத்தைகள், வேகமாக காட்டினுள் ஓட... அதைப் பின்தொடர்ந்தே! அனைவரும் சென்றனர்.

நடந்துகொண்டே... ஆதித்தியன்; ரவியிடம்... என்ன ஆயிற்று உனக்கு? ஏன் தலையில் கைவைத்தபடி கீழே உட்கார்ந்தாய்? எனக் கேட்டான்.

ரவி, எதையோ சொல்ல வாயெடுக்க...!

அரசே! நீங்கள் செய்வது முறையல்ல; எங்கள் அரசியை அடிமை போர்களத்தில் போரிட எப்படி? ஆணையிடலாம் என ஒரு குரல் கேட்டது.

வழக்கம் போல் இந்த முறை ஆதித்தியனுக்கு மட்டும் அந்த குரல் கேட்கவில்லை. வந்திய தேவனுக்கும் கேட்க ஆரம்பித்தது. ஆனால் வெளியே எதுவும் நடக்காதது போல இருவரும் சென்றனர்

இப்போதும் அவள் அடிமைதான் அமைச்சரே! நான் பாண்டிய நாட்டை வென்று விட்டேன்.

இப்போது அவள் யார் என்றவாறு அந்த அமைச்சரிடம் கேட்டான்; ஆதித்தியன். முதலில் எதிர்த்துப் பேசிய அமைச்சரைத் தவிர எல்லாவரும் அடிமை என்று அழைத்தனர். ஆதித்தியன் எதிர்த்து பேசிய அமைச்சரைச் சிறையில் அடையுங்கள் என்றான்.

நாளை அடிமைகளின் போரிடல் போட்டி; இதில் புதிய அடிமையாக யஷ்வந்தினியும் பங்கேற்பாள். அதில் யாருக்கெல்லாம் ஆட்சேபனை என்றதும்; அரசவையில் அமர்ந்திருந்த பண்டிய நாட்டின் அமைச்சர்கள் எல்லாவரும் சம்மதம் சம்மதம் என்றனர்.

அரசவைக் கலைந்து அனைத்து அமைச்சர்களும் அரசவையையைவிட்டு சென்றதும்; வந்தியதேவன் நண்பா! நீ செய்வது முறையா? இவ்வாறு செய்தால் பாண்டிய மக்களுக்கு வெறுப்பே! வரும். எனக்கு நீ என்றால் உயிர், ஆனால் இது முறையல்ல என்றான்.

இதற்கு முன் எவ்வளவு கருத்து வேறுபாடு வந்தாலும் ஆதித்தியன் கட்டித் தழுவியதும் கருத்து வேறுபாடை மறந்திடுவான். இந்த முறை வாளை ஆதித்தியன் கழுத்தில் வைத்து இதற்குமேல் தவறிழைக்காதே என்று வேகமாக நகர்ந்தான்.

மைதானத்தில் வேலைப்பாடுகள் நடந்துகொண்டிருந்து. நாளை எப்படியும் புரட்சிப் படை அவன் மேல் தாக்குதல் நடத்தும். எப்படியாவது நம் உயிரைக் கொடுத்து அவனைக் காக்க வேண்டும் என்ற படி பாதுகாப்பு படையைச் சோதனையிட்டான், வந்தியதேவன்.

அனைவரும் இதற்குமுன் பார்த்திராத முகம் என்பதால் யாரை நம்புவது; யாரை நம்பக் கூடாது என மனதிற்குள் போராடிக்கொண்டிருந்தான்.

நாளை எப்பாடுபட்டாவது ஆதித்தியனைக் காத்திட வேண்டும் என மனதில் சபதம் பூண்டவன் தனியாக சிரித்தான்.

குந்தவையின் நினைவு வந்திருக்கலாம்

"அடுத்தநாள் காலை"

வந்திய தேவன் இரவு முழுவதும் மைதானத்தை நொடிக்கு நொடி சோதனையிட்டான்.

அடிமை வீரர்கள் மைதானத்தில் கூடி நிற்க; சுற்றி மக்கள் அமர்ந்திருக்கும் படி இருக்கைகள் அமைக்கப்பட்டிருந்தன.

ஒவ்வொரு இருக்கைகளும் பின்னால் செல்லச் செல்ல சற்று உயர்ந்திருக்கும் படி அமைக்கப்பட்டது.

ஆதித்தியன் முதல் இருக்கையில் அமர்ந்திருக்க; வந்தியதேவன் உச்சியில் இருக்கும் இருக்கையில் அமர்ந்து கவனித்துக் கொண்டிருந்தான்.

அடிமை வீரர்களிடம் ஆயுதம் வழங்கப்பட்டது. யஷ்வந்தினியிடமும் வாள் கொடுக்கப்பட்டது..

போட்டியின் விதிமுறை விளையாட்டுக் களத்தில் இருக்கும் அனைவரும் ஒருவரை ஒருவர் கொல்ல வேண்டும். இறுதியில் உயிர் வைத்திருக்கும் நபரே வெற்றி பெற்றவர். அன்று முதல் அவர் அடிமையில்லை என்பதே அதன் பரிசு!

போட்டி தொடங்கிட முழங்குபவர் முழங்கபோக! அமைச்சர்களில் இருவர் மைதானத்தில் இருக்கும் அடிமைகளிடத்தில் யஷ்வந்தினியைக் கொல்லும் படி கண்களைக் காட்டினர்.. அதை அருகிருந்த ஆதித்தியன் கவனிக்கத் தவறவில்லை.

போட்டி தொடங்கிய அடுத்தநொடி...
ஆதித்தியன் எழுந்து, போட்டியைக் காணவந்த மக்களிடத்தில்; தமிழ் பண்பாட்டின் படி மனைவி எங்கு இருக்கிறாளோ! அங்கே அவளுக்கு எந்த ஆபத்தும் வராமல் காப்பதே அவள் கணவனின் கடமை! நான் யஷ்வந்தினியைச் சுயம்வரத்தில் வென்ற அன்றே அவள் என் மனைவி என்ற படி போட்டிக் களத்தில் ஆதித்தியனும் நுழைந்தான்.

மக்கள் அதிர்ச்சியில் அதே நேரம் ஆர்வமாகவும் பார்த்தனர்.

அங்கே 15 வீரர்கள் இருந்தனர். மேலும் யஷ்வந்தினியும் மற்ற அடிமைகளிடம் இருந்து தப்பித்தால் அவளைக் கொன்றிட; ஒருவன் நடுவே அமைக்கப்பட்ட மேட்டினுள் மறைந்திருந்தான். இதை வந்தியதேவன் தான் ஆதித்தியனிடம் சொல்லியிருந்தான்.

இப்போது கண்ணுக்குத் தெரிந்த எதிரி பதினைந்து பேர், தெரியாத எதிரி ஒருவன்,மற்றும் நம்மவர்களையும் சேர்த்து மொத்தம் 18 பேர் இருந்தனர்.

போட்டி தொடங்கியதும், அடிமைகள் 15 பேரும் யஷ்வந்தினியைத் தாக்க வர, யஷ்வந்தினி ஆதித்தியனைத் தாக்க வந்தாள்.

ஆதித்தியன் சிரித்துக் கொண்டே நிற்க; அவள் அவனை வாளால் தாக்கினாள்,

தாக்கிய அடுத்தநொடி; அவளின் வாள் அதன் கைப்பிடி யோடு சேர்த்து நொறுங்கியது. இதை ஆதித்தியனும் எதிர்பார்க்கவில்லை... அதிர்ச்சியில் உறைந்த யஸ்வந்தினியைப் பார்த்து ஆதித்தியன் சிரித்தபடி... துரோகம் நிறைந்தது பாண்டிய நாடு என்றான்.

எதுவும் புரியாமல் நின்ற அவளிடம் தன்னுடைய வாளைக்கொடுத்து இரண்டு கையையும் இறுக்கிப் பிடித்தான்.

முதலில் ஒருவன் அவளைக் கொல்ல வர யஷ்வந்தினியின் வலது கையைத் தாழ்த்தி, இடது கையைத் தூக்கி வலது புறமாக வீசிட; வந்தவனின் தலை காதின் வழியே வெட்டப்பட்டு இரண்டாக்கப்பட்டது.

இதைப்பார்த்த அடுத்த பதினான்கு பேரும் சேர்ந்து வந்தனர். யஸ்வந்தினியை அவர்களை நோக்கி முதலில் தள்ளி விட்டான். அவர்கள் வட்டம்அ மைத்து வர; அந்த வட்டத்திற்குள் அவளைத் தள்ளிவிட்டான்.

இருவர் முன்னால் வந்து அவளைத் தாக்கச் சென்றிட; பின்னால் இருந்த இருவரை ஆதித்தியன் தூக்கி எறிந்தான்.

பாண்டிய மக்களிடம் தான் உங்களுக்கு ஏற்ற அரசன் நான்தான்; என்பதைக் காட்டுவதற்காகவே வேகமாகவும் பலமாகவும் சண்டையிட்டான்.

அவள் இருவரைக் கொன்று விட, இவன் கையாலயே ஒருவனின் கழுத்தை உடைத்துக் கொன்று விட்டான். அடிமைகளில் ஒருவன் ஈட்டியை வேகமாக இவன் மேல் எறிய அதை எளிதாகப் பிடித்தான், மக்கள் அதைப்பார்த்து வியந்து பாராட்டினர்.

ஒருவர் பின் ஒருவர் சாக கடைசியில் யஷ்வந்தினியும் ஆதித்தியனும் மட்டுமே இறுதியில் உயிரோடு இருந்தனர். ஆதித்தியன் மேட்டில் இருந்து ஒருவன் வருவான் என எதிர்பார்த்தான்.

யஷ்வந்தினி ஆதித்தியனைக் கொல்ல வேகமாக வந்தாள். மேட்டினுள் இருப்பவன் வாள் வைத்திருப்பான் என

நினைத்த ஆதித்தியன் தவறிழைத்திட்டான். மேட்டினுள் இருந்து ஒரு அம்பு வந்தது.

என்னதான் ஆதித்தியனின் மேல் யஷ்வந்தினிக்கு தீராத வெறுப்பு இருந்தாலும்; அவன் மேல் இருந்த ஈர்ப்பு அந்த அம்பு வந்த திசைக்கு அவளை வாளை எறிய வைத்தது.

வாளானது அம்பைக் கிழித்துக்கொண்டு மேட்டினுள் மறைந்தவனைக் கொலை செய்தது.

பாகம் ஏழு

கோபம்

வரலாற்றில் ஆதித்திய கரிகாலன் என்னும் வீரரை
உங்களுக்குப் பிடிக்குமா?

முதன்முதலில் ஆதித்திய கரிகாலனைப் பற்றி
படித்த புத்தகம் எது?

இந்த புத்தகத்தை எழுதிய எனக்கு
ஆதித்திய கரிகாலனைப் பற்றிய தேடல்; 2010-ல் நான் பத்தாம் வகுப்பு
படித்துக்கொண்டிருக்கும் போது *The Hindu* செய்தாளில்
'Who killed Adithiyakarikalan'
என்ற தலைப்பிலிருந்து தொடங்கியது.

7

நமது கதாநாயகன் பாண்டிய நாட்டிற்கு வந்து இரண்டு மாதங்கள் முடிந்திருந்தது. பாண்டிய நாட்டு மக்களும் ஆதித்தியனை அரசனாக ஏற்றுக் கொள்ள வேண்டியதாயிற்று!

தற்போது பாண்டிய நாட்டில் அரேபிய கொள்ளைக்காரர்களால் பாண்டிய நாட்டின் பெண்களுக்கு அச்சுறுத்தல் அதிகமாய் இருந்தது.

ஆதித்தியன் தன் நண்பனை அழைத்துக்கொண்டு முதல் நாள் தாக்குதல் நடந்த இடத்திற்குத் தன் குதிரையுடன் சென்றான். அடர்ந்த காட்டின் நடுவே மிகவும் கவனமாக சென்ற வந்திய தேவனின் பின் ஆதித்தியன் தடயங்கள் ஏதும் கிடைக்கிறதா? என கவனித்த படியே வந்தான்.

அமைதியான பாதையின் வழியே அவர்கள் சென்று கொண்டிருக்க, காட்டின் நடுவே இருந்து இளவரசி நீங்கள் உங்கள் வாழ்வில் எதை மகிழ்ச்சியான நாள் என்பீர்கள் என்ற குரல். வந்திய தேவன் நண்பனைக் கண் காட்டி அந்த புறமாக அழைத்து சென்றான். மிகவும் கவனமாக சத்தம் ஏதும் இல்லாமல் சென்று கவனிக்க, அந்த இடத்தில் யஸ்வந்தினி தன் தோழிகளுடன் குளிக்கத் தொடங்கியிருந்தாள்.

இளவரசி அவள் தோழியின் கேள்விக்கு என்று ஆதித்தியனை வெறி தீர தீர கத்தியால் குத்தி, அவன் உயிர் பிரியும் ஒரு நொடி முன்னால் சப்தலிக்கா என்று எனக்கு ஏன்? பெயர் வைத்தாய் என்று கேட்பேன். அன்று தான் நான் சந்தோசமாக இருக்கும் நாள் என்றாள்.

ஆதித்தியன் அவள் பேசியதைக் கேட்டதும் அமைதியாய் வந்தியதேவனைப் பார்த்துச் சிரித்தான்.

இளவரசி குளிப்பதற்காக தனது சேலையினைக் கழற்ற முற்பட, ஆதித்தியன் தன் நண்பனிடம் சொல்லிக் கிளம்ப முற்பட்டான்.
அதே சமயத்தில் அந்த குளத்தின் மறைவில் இருந்து ஐந்து அரேபியர்கள் வந்தனர்.

ஆதித்தியன் யஸ்வந்தினியைக் காக்க எத்தணிக்க, வந்தியதேவன் சற்று பொறுத்துக்கொள் என்றவாறு அங்கே கண்ணைக் காட்டினான்.

அந்த அரேபியர்கள் இளவரசியைச் சுற்றி நின்றனர். இளவரசி தனது தோழிகளைச் சற்று தள்ளி நிற்குமாறு உத்திரவிட்டு; குளத்தின் அடியில் குனிந்து தாமரைத் தண்டுகளை வேரோடு பிடுங்கினாள்,

அரேபியர்களைப் பார்த்துச் சிரித்தவாறே! தனது சேலையால் தன்னைதானே, நன்கு சுழற்றிக்கொண்டு அதன் நுனியை; தனது இடுப்பில் செருகினாள். அதன்பின் தாமரைத் தண்டை தன் இடையில் எதிரிகள் தனது சேலையை இழுத்தால் கூட சற்றும் விலகாத அளவிற்கு அழுத்தமாகக் கட்டினாள்.

ஆதித்தியன், வந்தியதேவனுடன் அவள் சண்டை இட்டிருந்தால் இத்தனை அழுத்தமாய்க் கட்டி இருக்க மாட்டாள். ஏனென்றால் அவளுக்கு அவர்களின் கண்ணியத்தைப் பற்றித் தெரியும். ஆனால்

அரேபியர்களுக்குப் பெண்களின் மீதான மதிப்பு பற்றி, இவளுக்கு தெரிந்ததால்தான் இத்தனை அழுத்தம் அவள் சேலைக்கு!

அழுத்திக் கட்டிய அவள்; அரேபியர்களை பார்த்து தனக்கே உண்டான கர்வத்தில் சிரித்தாள். அதில் ஏற்பட்ட கோபத்தால் அரேபியர்கள் இவளை நெருங்கி வந்தனர்.

முதலில் வந்தவனை அவள்; அவனது வாளின் கைப்பிடியைப் பிடித்து; வாளை வளைத்து... அவனது கழுத்தை வெட்டி உடலை கீழே தள்ளித் தலையை மட்டும் அவர்களிடம் காண்பித்துச் சிரித்தாள்.

அவளின் செயல், அவர்களுக்கு அதிர்ச்சி தந்தாலும் மீதமுள்ள நான்கு பேரும் அவளைச் சற்று அதீத வேகத்துடன் நெருங்கினர்.

அவள் நின்று சண்டையிடும் குளத்தின் ஆழம் அகலம் எங்கே? முதலைகள் இருக்கும். பாம்புகள் எங்கெல்லாம் இருக்கும். விஷ மீன்கள் எந்தபுறம் இருக்கும் என்பது தெரிந்ததால் என்னவோ? சற்றும் அவள் கண்களில் பயம் இல்லை!

அவர்கள் இவளை நோக்கி வேகமாக வந்திட, இவள் நீரில் மூழ்கி நால்வரில் கடைசியாய் வந்தவனின் பின்னால் எழுந்து நின்று அவனைக் குளத்தில் மையத்தில் தள்ளிவிட்டு நீரைச் சற்று அலசி விட்டாள். அங்கிருந்த முதலைகள் அவனைப் பார்த்துக்கொண்டன. மீதமிருந்த மூவரும் சேர்ந்தே அவளை நெருங்க முற்பட, ஹா ஹா ஹா என்று சிரித்தவளாய்க் குளத்தில் மூழ்கி அதே இடத்தில் எழுந்தாள். ஆனால் அவர்களை அவள் கொல்லவில்லை! மாறாக, வாளை அவர்களிடம் தந்துவிட்டு; ஆதித்தியா; நீ சுயவரத்தில் வென்ற உனது மனைவியை அரேபியர்களுக்குத் தாரைவார்க்கப் பார்க்கிறாயா? என்றபடி நமக்குப்

பிடித்தமானவர்கள் மறைந்து இருந்த இடத்தைப் பார்த்துக் கேட்டாள்.

ஒரு பெரிய வேல் முன்னால் வர, மிகவும் கூர்மையான வாளால் ஆதித்தியன் பின்னால் வந்தான். முதலில் வந்த ஈட்டி பின்னால் நின்றவனைக் கொன்றிட; பின்னால் வந்த ஆதித்தியன் இருவரைப் பிடித்துவிட்டு வந்தியதேவனிடம் இவர்களின் மறைவிடம் தெரியும் வரை விசாரி என்று சொல்லிவிட்டுக் கிளம்ப முற்பட்டான்.

யஸ்வந்தினி, ஆதித்தியா இன்னும் இரண்டு நாளில் மணக்கப் போகிறாய். அதற்குள் ஏன்? வாசம் பிடிக்க வந்திருக்கிறாய்! என்று கண்களில் கோபமும் உதட்டில் வஞ்சகமும் இருக்க அவனிடம் கேட்டாள்.

பின் அவனது நண்பனைக் கவனித்து அவனாவது தனது சப்தலிக்காவை ரசிக்க வந்திருக்கலாம்; ஆனால் நீ உனது இளவரசியை இங்கனம் பார்க்கலாமா? என்றபடி அவனைக் கோபமாகப் பார்த்தாள்.

அவன் ஏதும் சொல்ல முடியாமல் தலையைத் தாழ்த்திக்கொள்ள, சோழ தேசத்தில் ஆடவர்களின் வேலை இது தானோ? என தனது தோழிகளைப் பார்த்து கர்வமாய் புன்னகைத்தாள்.

ஆதித்தியனுக்கு எப்போதும் போல கனவில் முன் ஜென்மத்தில் நடந்து நினைவில் அவனுடன் வலம் வந்துகொண்டிருந்தது. ஆனால் அவனின் முன்னால் ரவி யஸ்வந்தினியை எப்படி யாருக்கும் தெரியாமல் கொல்லலாம் என நண்பர்களுடன் யோசித்துக் கொண்டிருந்தான். ஆனால் நாட்கள் செல்லச்செல்ல... ஆதித்தியன்; யஷ்வந்தினி தன் உயிரைத் திருட வந்தவள் என்பதை மறந்து இதயத்தைத் திருட வந்திருக்கிறாள் எனப் புரிந்து கொண்டான்.

முடிவு

ஆதித்திய கரிகாலன், மரணிக்காமல் சோழ அரசராய்ப் பதவி ஏற்றிருந்தால் வரலாறு இன்னும் சுவாரசியமாய் இருந்திருக்கும் என என்றைக்காவது நினைத்திருக்கிறீர்களா?

8

மச்சான்ஸ்... இன்னையோட அந்த *Archaelogist team*யின் *research* முடிந்தது. நாளைக்குக் கிளம்பிடுவாங்க...! *So* இன்னைக்கே! அவளைக் கொன்னாகனும்... *Ok*ஆ... கொஞ்சம் கூட டவுட் வர கூடாது என வந்தியதேவன் அவனது திட்டத்தை அவனது நண்பர்களுக்கு விளக்கிக்கொண்டிருந்தான்.

நடுவில் ரெனிஸ், அந்த யஸ்வந்தினி பொண்ணு, நாம! சந்தேகபடுகிற மாதிரி எதுவும் பண்ணவில்லையே? என தனது நண்பர்களிடம் கேள்வி எழுப்பினான்.
அதேகணம்! ஆதித்தியனுக்கு...

நண்பனே! இன்னும் இரண்டு நாட்களில் உங்களுக்குத் திருமணம், சோழ தேசத்தில் இருந்தும் எவரும் வருவதாய் இல்லையோ? என தனது இளவரசரிடம் வந்தியதேவன் வினாவினான்.

(முன்பெல்லாம், திடீரென இதுபோன்ற குரல்கள் அவனுக்குள் கேட்கும் போது; பயந்து அதைத் தவிர்க்கவே பார்த்திடுவான். என்று கனவில் வந்தவளை நிஜத்தில் கண்டானோ! அன்றிலிருந்து முன்ஜென்பம் பற்றிய ஆர்வம்

அதிகமானது. அதனால் மனதில் இதுபோன்ற குரல்கள் கேட்கும் போது; மனதைத் திசைத்திருப்ப முற்படாமல் அதனுடனே பயணிக்கவும் ஆரம்பித்தான். அதனால்தானோ! இப்போதெல்லாம் அவனுக்கு அடிக்கடி முன் ஜென்ம நியாபகம் வருகிறதோ? என்னவோ?)

என் தமயன் கடல் தாண்டி போரில் ஈடுபட்டு வந்து கொண்டிருக்கிறான். ஆனால் தங்கை இந்நேரம் வந்திருக்க வேண்டுமே? என்று அவன் நண்பனின் முகம் பாராமல் கீழே குனிந்துப் பேசினான்.

அருகாமையில் கேட்டிருந்தால் ஐம்புலன்களில் ஒரு புலன் கேட்டிருக்கலாம் என்று சொல்லும் அளவிற்கு; யானைகள் பிளிறிட.....! வானத்தில் ஆதித்தியன் அனுப்பிய தூது கழுகு... தன் பங்கிற்கு பதற்ற குரலில் அலறியபடி; தாழ்ந்த தூரத்தில் பறந்தது.

சட சட சட வென குதிரையின் காலடி சத்தம்; அதைத் தொடர்ந்தே ஒருவாறு கேட்கும் சலங்கைகளின் சத்தம்;

அரேபியர்களாய் இருக்கலாம்; என ஆதித்தியனும் வந்தியதேவனும் குதிரைகளின் மேல் தாக்குவதற்கு ஏதுவாய் வந்தனர்.

யானையின் கூட்டம் துரத்தி வந்திட, அதிலிருந்து தப்பிக்கும் எண்ணத்தில் நடுவே ஒருவள் குதிரையில் வேகமாக வந்து கொண்டிருக்கிறாள்.

வருவது குந்தவை என்பது தெரிந்ததும் அவர்களின் குதிரைக்கு வேகம் இன்னும் அதிகம் ஆனது.

தங்கையைக் காப்பாற்ற வேண்டும் என்று ஆதித்தியனும், காதலியின் மேல் சிறு கீறலும் விழக்கூடாது என வந்தியத்தேவனும் இன்னும் வேகமாக சென்றனர்.

மட் புதரில் மாட்டிய குதிரையின் காலால் குந்தவை குதிரையில் இருந்து தடுக்கி விழ பார்த்தாள்.
தங்கை கீழே விழ கூடாதே என்ற படி, அவள் விழும் திசைக்கு நேராக அவளுக்கு முன் அந்த திசையில் விழுந்தான் ஆதித்தியன். குந்தவை அவன் மேல் விழுந்தாள்.

அவளைத் துரத்தி வந்த யானைகள்; தடுக்கி விழுந்த குதிரை ஓடிடும் திசையை நோக்கிச் சென்றன.

ஏன்? அத்திசை நோக்கி ஓடுகிறது என ஆச்சரியமாய் அவர்கள் பார்த்துவிட்டு; குந்தவையிடம் உனது காவல் படை எங்கே? ஏன் தனியே வந்தாய்? என கோவத்தில் ஆதித்தியன் கேட்டான்.

நமது அரசர், சோழ இளவரசியாய் உனது திருமணத்தைக் காண்பதற்கு எனக்கு அனுமதி தரவில்லை; அதனாலேயே என் அண்ணனின் தங்கையாய்க் காண்பதற்கு வந்தேன் என்று சிரித்தாள்.

ஆதித்தியனின் முன்னால் தனது காதலியை ஏதும் சொல்ல முடியாத நிலையில் வந்தியதேவன் தடுமாறி நின்றான். அவளைத் தண்டிக்கும் முறையாக ஆதித்தியன் கவனிக்காத சமயம் குந்தவையின் பூவிடையில் வேகமாக கிள்ளினான். வலித்தாலும் சத்தமிட முடியாத சூழலில் வந்தியதேவனை பார்த்து சிரித்தாள்.

திருமண வேலைப்பாடுகள் பாண்டியநாட்டில் சுறுசுறுப்பாக நடைபெற, யஸ்வந்தினி அவளது தோழியிடம்,

நான் என்ன! ஆதித்தியனை விரும்ப ஆரம்பித்தேனோ? எனது கரங்கள் அவனைக் கொல்வதற்கு பதில் அவனை தழுவவே! ஆசைப்படுகிறது.

ஏன்? என்று இன்றும் புரியவில்லை; தனி பெண்ணாக அவனை வீழ்த்திட முடியாது தான்; ஆனால் அவன் கொடூர விழிகளில் விழாமலாவது இருந்திருக்கலாமே? ஏன்? விழுந்தேன்... எனத் தேம்பித் தேம்பி அழ ஆரம்பித்தாள்.

தன் தோழி ஒருத்தியிடத்தில் ஆதித்தியனைத் தனிமையில் சந்திக்க வேண்டுமெனக் கூறி அனுப்பினாள்.

ஆதித்தியனிடம், அவளின் தோழி அவனைத் தனிமையில் சந்திக்க இளவரசி விரும்புகிறாள் என சொன்னதும்; தனது நண்பன் வந்தியதேவனுக்குத் தெரியாமல் தனிமையில் அவளைக் காணச் சென்றான். (அவள் கொன்றிடுவாள் என அறிந்தும்)

ஆதித்தியன் அங்கே சென்றதும், யஸ்வந்தினி கட்டி அணைத்தாள்.

அவளின் அணைப்பில் அவன் தன்னை மறக்கும் சமயம்; அவனுக்குத் தெரியாமல் கூரிய கத்தியால் குத்தப் பார்த்தாள். ஆனால் ஆதித்தியன் அவளது கழுத்தைப் பிடித்து அருகில் இருந்த கற்சுவற்றில் வளைத்து அடித்தான்.

தடுமாறிக் கீழே விழுந்தவளின் கூந்தலைத் தலையோடு பிடித்து முகத்தை திரும்பவும் கற்சுவற்றில் அடித்தான்.

அடித்தவன் கோபத்தில்; உன் அழகிய இடையில் மயங்கினேன் என்று நினைத்தாயோ? உன் நீல விழிக்காகவா! உன்னை நேசித்தேன்.

இல்லை! ஆயிரம் பகை வந்தாலும் நேராய் எதிர்த்திடும் என் யஸ்வந்தினியிடம் மயங்கினேன்.

ஆனால் நீ அவள் அல்ல; கேவலம் முதுகில் குத்திட பார்க்கிறாய்! எனக் கோபமாய்ப் பார்த்துவிட்டு; அருகில் இருந்த சுவற்றில் இருந்து இரண்டு வில்லை எடுத்தான்.

ஒன்றை அவளிடம் கொடுத்துவிட்டு இன்னொன்றை அவன் வைத்துக் கொண்டான்.

பின் இரண்டு அம்புகளை எடுத்தான். முறையே ஒருவருக்கு ஒன்று இருக்கும் படி கொடுத்துவிட்டு; இதுவே நம் விதி...! எவர் அம்பு... எவரைக் கொல்கிறது... என்று பார்க்கலாம் என கோபத்தில் சொன்னான்.

யஸ்வந்தினி மனதில் இதுவரை காதல், பழி இரண்டிற்கிடையேயான போட்டியில் பழியே வென்றது. ஆனால் இந்த முறை அப்படியல்ல பழியை விடுத்து தவறிழைத்து விட்டேன் ஆதித்தியா. வா மணந்து கொள்ளலாம்; தயவுசெய்து வா என்றாள்.

விதி எவரையும் விடுவதில்லை ஆதித்தியன்; உன் தந்தையைக் கொன்றவனை மணக்க போகிறாயா? சொல்? உன்னை அடிமையாய் நடத்தியவனை மணக்க போகிறாயா? சொல்? என அம்பை அவளை நோக்கி விடுவித்தான்.

அவளும் பதற்றத்தில் அம்பை அவனை நோக்கி விடுத்தாள்.

அவன் விடுவித்த அம்பின் கூரிய முனையை அவன் உடைத்ததால் என்னவோ! அவளின் மேல் தென்றலை போன்றே மோதியது. ஆனால் ஆதித்தியனுக்கு அவள் விடுவித்த அம்பு; அவனது "அவளின் இருப்பிடமான" இதயத்தைத் தாக்கியது.

என்ன நடந்திருக்கும் என அவள் யூகித்ததும், அவனைத் தன் மடியில் தாங்கி அவனது விழிகளைப் பார்த்தாள். அவன் இறந்திருந்தான்.

அவன் இறந்ததை தாங்கிக் கொள்ளமுடியாதவள் என்ன செய்வதென்று அறியாமல் இதுவரை ஆதித்தியனுடன் இருந்த நினைவுகளை நினைத்துப் பார்த்து அவன் இதழை ஒரு முறை முத்தமிட்டபடியே! அழுதவளாய் ஏன் இவ்வாறு செய்தாய் ஆதித்தியா! ஆதித்தியா என அவன் கையில் இருந்த உடைந்த அம்பை எடுத்து அதன் கூறிய நுனிகளால் அவனை ஐந்து முறை ஆத்திரத்தில் குத்தினாள்.

ஆதித்தியனை அந்தபுறமாக தேடி வந்த வந்தியதேவன்; இதைக் கண்டதும் கண்ணீர் நிறைந்த கண்களுடன்...
இளவரசி ஆதித்தியன் இவ்வளவு எளிதில் கொல்லப்பட வேண்டியவன் அல்ல

யஸ்வந்தினி... கண்களால் அவனை நோக்க!

நீயும் இவ்வளவு எளிதில் கொல்ல பட வேண்டியவள் அல்ல... என்ற படி... சுவரில் மாட்டி இருந்த ஒரு நீண்ட வில்லால் அவளைத் தாக்கினான்.

அது அவளது இடையைக் கிழித்து பின்புறம் தரையில் குத்தியது.

மீண்டும் கோபத்தில் அருகில் வந்தவனைப் பார்த்து; அவள் வந்தியதேவா! என்னை எவ்வளவு கொடுமை படுத்த முடியுமோ செய்...! ஆனால் இந்த அம்பின் நுனியால் தான் நான் இறக்க வேண்டும் என்றாள்...

(ஆதித்தியன் கையில் உடைத்து வைத்திருந்த அம்பின் கூரிய நுனி அது)

ஒரு கணம் என்ன செய்ய என்று யோசித்தவனின் கவனம்; ஆதித்தியனின் பக்கம் சென்றதால்... அந்த கூர்மையான நுனியை அவள் கையிலிருந்து இருந்து பறித்துக் கோபத்தின் உச்சத்தில் அவளின் இதயத்தை நோக்கிப் பல முறை குத்தினான்.

அவளின் விழியில் கண்ணீர் வழிந்த படியே... இறந்தாள். இதையெல்லாம் தற்போதைய ஆதித்தியன்; உணரும் கணத்தில் ரவி... யஸ்வந்தினியைத் தனியே முட்டி போடவைத்து அவளது வாயில் துணியைக் கட்டித் துப்பாக்கியை நீட்டி அழுத்திட வந்தான்.

சுயநினைவு வந்த ஆதித்தியன் அதையெல்லாம் கவனிக்காமல் அவளை நோக்கி நேராக நடந்தான். அவளின் கருவிழியை இவனின் கருவிழியோடு இணைத்து *I love you* என்றான்.

அவள் கருவிழி விரிய ஆதித்தியனை பார்த்தாள். என்ன டி பார்க்குற! என்னை லவ் பண்றியா இல்லையா! என்றான்.

அவனுடைய நண்பர்கள், அதிர்ச்சியில் உறைந்து நிற்க, அவளின் வாயில் உள்ள கட்டை விடுவித்து திருப்பியும் கேட்டான். என்னை லவ் பண்றியா? இல்லையா? என்று அவள், சிரித்தபடி... பொண்ணு லவ் பண்ணி ஆயிரம் வருசம் ஆயிற்று என்றாள்.

முற்றும்